சிறு புள் மனம்
திருமாவளவன் கவித்தொகை

கவிஞரது முந்தைய திரட்டுகள்:

'பனிவயல் உழவு' (2000)
'அஃதே இரவு அஃதே பகல்' (2003)
'இருள் – யாழி' (2008)
'முதுவேனில் பதிகம்' (2013)

சிறு புள் மனம்

திருமாவளவன் கவித்தொகை

திருமாவளவன் (பி. 1955)

இலங்கை வடமாகாணம் வருத்தலைவிளான் கிராமத்தில் பிறந்த இவர், தெல்லிப்பழை யூனியன் கல்லூரியில் கல்வியை முடித்து 'லங்காசீமெந்து' நிறுவனத்தில் கட்டடத் தொழில்நுட்ப மேற்பார்வை யாளராகப் பணியாற்றினார். இரண்டாவது ஈழப் போரின்போது புலம்பெயர்ந்து தற்போது கனடாவில் வசித்துவருகிறார்.

கனடாவிலிருந்து வெளிவந்த '*ழ*'கரம் (1996–97) சிற்றிதழின் இணையாசிரியர். இவரது 'அஃதே இரவு அஃதே பகல்' கவிதைத் தொகுப்பு தமிழ்நாடு, சி. கனகசபாபதி நினைவுப்பரிசு பெற்றது. கனடா தமிழ் இலக்கியத் தோட்டத்தின் சிறந்த கவிதை நூலுக்கான விருதை 'இருள் – யாழி' பெற்றது. இவரது பல கவிதைகள் ஆங்கிலத்தில் மொழி பெயர்க்கப்பட்டுள்ளன.

திருமாவளவனின் இதுவரையான கவிதைகளின் தொகைநூல் இது.

மின்னஞ்சல்: thiruma23@gmail

திருமாவளவன்

சிறு புள் மனம்
திருமாவளவன் கவித்தொகை

காலச்சுவடு பதிப்பகம்

சிறு புள் மனம் திருமாவளவன் கவித்தொகை♦முழுத் தொகுப்பு♦ஆசிரியர்: திருமாவளவன்♦©கனகசிங்கம் கருணாகரன்♦முதல் பதிப்பு: செப்டம்பர் 2015♦வெளியீடு: காலச்சுவடு பப்ளிகேஷன்ஸ் (பி) லிட்., 669, கே.பி. சாலை, நாகர்கோவில் 629001

காலச்சுவடு வெளியீடு: 669

ciRu puL manam thirumavalavan kaviththokai♦ complete collections ♦ Author: Thirumavalavan♦ © Kanagasingam Karunakaran♦Language: Tamil♦First Edition: September 2015♦Size: Demy 1 x 8 ♦ Paper: 18.6 kg maplitho ♦ Pages: 360

Published by Kalachuvadu Publications Pvt. Ltd., 669, K.P. Road, Nagercoil 629001, India ♦ Phone: 91-4652-278525 ♦ e-mail: publications @kalachuvadu.com♦Wrapper Printed at Print Specialities, Chennai 600014 ♦ Printed at Mani Offset, Chennai 600005

ISBN: 978-93-84641-35-1

09/2015/S.No.669, kcp 1351, 18.6 (1) ILL

என்
இணையாள்
இனியாள்
சுமிக்கு

பொருளடக்கம்

கட்டியம் (சிறு குறிப்பு)	17
தேடுகை	21
பரதேசியின் பாடல்	22
சத்திரியம்	24
நச்சுக்கொடி	27
எட்டாமல் போன எனது	29
பனிவயல் உழவு	30
மனிதக் காட்சிச் சாலை	33
தீ	35
பற்றை இலைக்கஞ்சி	37
வாடாமல்லி	39
என்னுள் உறங்கும் சொப்பனம்	42
நுகத்தடி மனிதர்	44
பொங்கல்	46
அவளுடன் மூன்று பொழுதுகள்	47
ஆறாம் பூதம்	49
ஆறு	50
இருள்வெளிப் பயணம்	51
அர்த்தநாரீசத்துவம்	54
மனவெளி	56
புதிர்	57

ஓவியம்	58
யாத்திரை	59
துயருறு காதை	60
கரைதல்	62
விலங்குகள் பூங்கா	63
வேனில்	65
வீடு	67
பசலை படர்ந்த நிலத்தின் பாடல்	69
தமிழ் கனேடியனும் நானும்	70
ஒட்டுண்ணிகள்	71
பெற்றதார் பெறுவார் உலகில்	73
விழுப்புண்	74
மழை	76
கவித்திருப்பு	80
யாரொடு நோவேன்?	82
மூன்று: பு (புலவன் - புரவலன் - புகழ்)	84
வேள்வி	86
'O' கனடா	88
தலைப்பிடப்படாத கவிதை	90
வடலி வதை படலம்	92
கண்ணீர் கசியும் நிலவு	94
எச்சம்	95
முல்லைத்தீவு	96
இனி இன்னொரு தேசியன்	97
இருப்பு	103
யமன் திசை	104
செக்குமாடு	106

நனைதல் வேண்டும்	108
நிலம்	110
வெப்பியாரம்	111
துணை	113
பனிக்கூத்து	115
உலராத கண்ணீர்	117
ஒரு புகலிடத்துப் பட்டியல்	119
மரணம்	121
தூக்கணாங்குருவிக் கூடு	123
கூதல் தேசக் கறவை	125
துடிக்கிற சிறு சுடர்	127
அன்னியன்	128
பிந்துனுவெவ	129
கடல்	131
இலையுதிர் காலம்	132
காலப்பெருவெளியில்	133
பந்தயம்	135
போர்க்காலக் கனவு	137
பெரிது/சிறிது	139
ஒரு இரவின் எச்சம்	140
காலை	142
போரோவியம்	143
ஆற்றுப்படுத்தல்	144
உயிர்த்தீ	146
டொன்நதித் தீரம்	148
அனுபவம்	150
கொல்கலை	151

ஈரம்	152
விருட்சவாழ்வு	155
சுமை	157
மிருகம்	159
முடிவிலி	160
கடற்கோள்	162
போர் கவியாத காலை	164
அகதி	166
நெடுங்கோடை	167
கட்டுமரத் துண்டின் காதை	169
சுயம்	175
சூரியக்குருவி	176
மரம்	178
ஊழி	179
நீர் விளிம்பின் ஓரம்	180
காலம் சப்பிய கனவுகள்	181
நெருப்பு	182
இஃதோர் இனிய மாலை	186
கால் முளைத்த மரம்	187
கானலில் வாழ்தல்	189
மண் ஊன்	191
வெட்டுப் பலி	193
மறு	196
எரிந்த இரவு	197
நினைவுலர்த்தல்	198
காயம் பட்ட நிலம்	199
அம்மா	202
நாகர்கோவில் 1985	203

முள் வேலி - 1	204
அற்றைப் பொழுதில்	205
உயிர்த்தீ	207
இருள்-யாழி	209
கடற்கோள் - 2	211
சலித்திருத்தல்	212
போர் அரசன் அல்லது பிள்ளையார் பிடிக்கக் குரங்கான காதை	213
இங்ஙனம் நான்	215
குருதியில் நனைந்த கவிதை	217
அதிகாலைச் செய்தி	219
கோடை	221
முரண்	223
வானம் பார்த்த பூமி	224
குளிர்ப்பாலையில் அலையும் வழிப்போக்கன்	225
தபசு	231
கனவுகளின் மேய்ப்பன்	232
இரவு	234
பிரிவு	235
புள்ளிசை கேண்மின்!	236
மனப்பட்சியுடன் வாழ்தல்	237
கிளிநொச்சி	238
உயிர்ச் சுடர்	240
தோற்கடிக்கப்பட்ட நிலம்	242
இருள் பெருகும் காலம்	244
ருதுகாலம்	246
முள்ளிவாய்க்கால் 2009	247
மறுத்தல் - (ஒன்று)	249

மறுத்தல் - (இரண்டு)	250
பூவரசு	251
சிதம்பர ரகசியம்	253
எறும்புகள் - சிறு குறிப்பு	255
கானல் நதி	257
நெத்தலி ஆறு	259
கட்டவிழ்தல்	262
முதுவேனிற் பதிகம்	263
முள்வேலி 2010	266
கட்டில் உழல்தல்	268
யாதும் ஊரே	269
பிரளய காலத்துப் பாடல்	270
ஒரு அந்திமக் காட்சி	271
அம்மா	272
கனவரவம்	274
அவர்களையும் வாழவிடு!	276
நிலம்	278
உயிர்த்திருக்கும் மரம்	279
நட்புலகு	280
வன்னி 2012	281
விண்ணப்பம்	283
பின்னொரு கவிதை	285
அறம்	287
சிறை	288
பசி	289
பின் மழைக் காலம்	290
இரவின் நதி	291

குருவிப் பூ மரம்	292
நோயில் பத்து	297
பசித்திரு	313
புதுநானூறு	314
தேன்சிட்டு	316
செம்போத்துப் புள்	317
காடு	318
சாரல்	320
நிர்வாணம்	321
தவிப்பு	322
தூண்டில்காரி	323
நவீனம்	324
அறுவடை	325
முள்	326
நியமம்	327

பின்னிணைப்புகள்

1. திருமாவளவனின் கவிதைப்புலம் — 331
   'பனிவயல் உழவு' கவிதைத் திரட்டுக்கான முன்னுரை
   சேரன்

2. புலம்பெயர மறுக்கும் உணர்வுகள் — 336
   'அஃதே இரவு அஃதே பகல்'
   கவிதைத் திரட்டுக்கான பின்னுரை
   சி. சிவசேகரம்

3. அந்நியாய் அலைக்கழியும் மனத்தின்
   கலை வெளிப்பாடுகள் — 339
   'இருள்–யாழி' கவிதைத் திரட்டுக்கான பின்னுரை
   ராஜமார்த்தாண்டன்

4. துயர்வெளிக்கவியின் வேரோடிய நிலம் — 351
   'முதுவேனில் பதிகம்' கவிதைத் திரட்டுக்கான பின்னுரை
   கருணாகரன்

கட்டியம்
(சிறு குறிப்பு)

கடந்த இருபது ஆண்டுகளில் எழுதப்பட்ட அனைத்துக் கவிதைகளும் இதில் பதிவாகி உள்ளன. 'பனிவயல் உழவு', 'அஃதே இரவு அஃதே பகல்', 'இருள்-யாழி', 'முதுவேனில் பதிகம்' என்ற நான்கு திரட்டுகளில் வெளி வந்தவற்றோடு இருபதுக்கும் மேற்பட்ட கவிதைகள் இதில் புதியவை. கவிதைகள் அனைத்தும் கால வரிசையில் அமைந்துள்ளன.

முறையே அத்திரட்டுகளுக்கு சேரன், பேரா. சிவசேகரம், கவிஞர் ராஜமார்த்தாண்டன், கருணாகரன் ஆகியோர் எழுதிய குறிப்புகள் பின்னிணைப்பாக இணைக்கப்பட்டுள்ளன.

ஆரம்பகாலக் கவிதைகளில் பல பொருள் சிதையாது சிறு மாற்றங்கள் செய்யப்பட்டுள்ளன.

இத்திரட்டுகளின் முதற் பதிப்புகளை வெளியிட்ட எக்ஸில் பதிப்பகம், மூன்றாவது மனிதன் பதிப்பகம், காலச்சுவடு பதிப்பகம், மகிழ் பதிப்பகம் ஆகியவற்றை நினைவிற் கொள்கிறேன்.

இக்கவிதைகளைப் பல சிற்றிதழ்களும் இணைய இதழ்களும் வெளியிட்டன. நான் தகவல் களைச் சேகரித்து வைப்பதில் ஒழுங்கற்றவன். நினைவிலிருந்து மீட்டுப் பட்டியலிட்டால் பல பெயர்கள் தவறிவிடும். அத்தனை இதழ்களும் நன்றிக்குரியவை.

என் கவிதைப் பயணத்தில் உறுதுணையாய் இருக்கும் அனார், கீதா சுகுமாரன், யோகி சந்துரு, எம்.கே.எம். மன்சூர், அசதா, கருணாகரன், பா. அகிலன், அ. யேசுராசா, வெங்கட் சாமிநாதன், அமரர் செல்வா கனகநாயகம் மற்றும் என் கவிதைப் பயணத்தோடு கூடவே குறிப்பாக இக் 'கவித்தொகை' நூலுக்காக முன்னின்று செயற்பட்ட நண்பர்கள் க. நவம், றஷ்மி, சேரன், காலச்சுவடு பதிப்பகம், இவர்களோடு என் குடும்பத்தினர் அனைவருக்கும் என் அன்பும் நன்றியும் பல.

மே *10, 2015* **திருமாவளவன்**
றொரொன்றோ

போர்
தவிர்த்து
நீள்பயணம் நடந்து
நெடு நாள் கழிந்தும்
காலடிக்கீழ்
பெருநிழலாய்த் தொடர்கிறது
போர்

தேடுகை

புலரிப் பொழுதில் புறப்பட்ட பயணம்
கூடு திரும்பவில்லை

வழிகாட்டிகளெல்லாம் தறி கெட்டலைய
சூரியனைக் குறிவைத்து நகர்த்திய
தேடல்
தரிப்பின்றித் தொடரும்
படுவான் திசைபார்த்து.

காட்டில்,
கடல்வெளியில்,
கரிசல் பூமி அகதி முகாம்களில்,
முகமிழந்த கடவுச்சீட்டில்,
சரக்குக் கப்பலின் அணியக்கிடங்கில்,
பனியில்,
பனிநிறை புலத்தில்,
பன்மொழிக்கலப்பில்,
துருவக்கொடுங்குளிரில்

இவைகள் தரிப்புகள் அல்ல
தடயங்கள்

எப்போது நான் வீடு சேர்வேன்?
இப்போதும்
சூரியனைத் தேடியபடி

✦ ✦ ✦

பரதேசியின் பாடல்

1.

நான் பரதேசிப் பாடகனானேன்.
மூசிவீசும் பனிப்புயலுக்கு முகங்கொடுக்கும் வித்தையும்
எனக்கிப்பொழுதில் அத்துப்படி

விறைத்துக் கிடக்கும் மூங்கில் துளைகளில்
நுழையுமென் மூச்சு
ஊதல் குளிரையும் ஒருகால் உருக்கும்

2.

என் தேசமும் அந்த நாட்களும்:

காலாற நடந்த மாலைப் பொழுதுகள்
தோழரோடலைந்து காயப்பட்ட நினைவு
இரும்புகள் துரத்த கடல் தாண்டி
பின்
பிடுங்கி எறியப்பட்டு
துருவப்புலத்தில் வீழ்ந்த நாள்
எல்லாம்
தூசி படிந்து தொலைந்த தடங்களாய்
இடையிடைத் துலங்கும்

குளிர் வாடைத் தென்றலைப் புணர்ந்து
சோளகப் புழுதியிற் பூத்தது
என் தேசம்.

நீளத்தள்ளிய பனங்குடலைகள்.
அதில்
சீவிக் கொணர்ந்த புதுக்கள்ளின்
தித்திப்பு.

வீதி நீள இருபுறமும்
பொத்தி முடிந்து வைத்த
ஊர் மனைகள்

நாட்டார் பாடலும் மோடிக் கூத்திலுமாய்
கூடிக் கரைந்த
இரவுகள்

பச்சை வயல்கள்; பாடு மீன் வாவிகள்
தேயிலை போர்த்திய தேசக் கொங்கைகள்
கொழுந்து கொய்தே வலிந்த கரங்கள்

இவைகளினூடே
தடம் பதித்த ஒரு சந்ததி
சுவடிக் கதையாய்ப் புதைந்து போயிற்று

3.

மனிதனைத் தேடினால்
சுதந்திரம் என்னை முத்தமிடும்
என்ற உண்மை தெரியாதபோது
உருட்டினான் பகடையை
ஆயுதத் தரகன்

புல் நுனி பூத்த பூமியெல்லாம்
பனை மரங்களைத் தறித்து
நாட்டி
தென்னங் குடலையைத் தோரணமாக்கி
மந்திரம் ஒலித்து
சுடுகலன் சுமந்து வேள்வி செய்தோம்

ஆகுதியானவை
என் இளம் பிஞ்சுகள்

இன்று
முகவரியிழந்து மூலையில் நின்று
மொழிக்குள் முகம் புதைக்கத் துடிக்கின்றேன்
சோர்ந்து விழும்போதெல்லாம்
மீள எழுகின்றேன்

உரக்கப் பாடுகிறேன்
உன் செவியில் விழுகிறதா?

✦✦✦

சத்திரியம்

வேட்டை:
சத்திரியர்க்கு அறம்
வீரர்க்கு இலட்சணம்

நாம் சத்திரியர்
வேட்டையாடலாம் புறப்படு.

பிடி
ஒரு மனிதனை.
அவன் தோளில் தொற்றிக்கொள்
அவனிடம் உள்ளதை அறி

சாதி; மதம்; மொழி; இனம்
அல்லது
ஒருத்திக்காய்
இருவர் முரண்படல் கூடும்
ஏதாவது ஒன்றிருக்கும்
இல்லாவிடில் புகட்டு; வெறியூட்டு;
புறப்படு; வேட்டைக்கு

அவன் உடலில் குண்டுகளை
புதை.
கட்டளையிடு
களமாட

கோவிலில் திருவிழா; மசூதியில் தொழுகை;
'பிரித்'தில் லயித்திருக்கும் விகாரை; நகரின்
கேந்திரமையம்; பஸ் நிலையம்; சந்தை
பாலராய் இருந்தாலென்ன பாடசாலை
அல்லது வைத்திய நிலையம்

எதுவாயிருந்தாலும் நேரம்
முக்கியம்
மனிதர் கூடும் நேரம்.

இயக்கு
குண்டுப்பிண்டம் வெடிக்கட்டும்
பாலர்; பெண்டிர்; கர்ப்பிணியர்; வயோதிபர்; பாவியர்;
வழிப்போக்கர்; குழந்தைகள்
குருதியில் குளி
குடித்து மகிழ்
நிணம் புசி

அடுத்தவன் தோளில் ஏறிக்கொள்
அவனை ஏற்று
போர் விமானத்தில்
போதுமான அளவு குண்டுகளை நிரப்பிக்கொள்
செலுத்து வான்பரப்பில்
உற்றுநோக்கு
மனித நடமாட்டம் தெரிகிறதா
நாலுபேர் கூடிநின்று பேசுவது
பள்ளி முன்றலில்
சிறுவர் ஓடி விளையாடுவது
அல்லது
உன் வருகைகண்டு
ஆலயத்துள் தஞ்சம் தேடுவது

எதுவாயிருந்தாலும்
எண்ணிக்கையைக் கருத்தில் கொள்
செலுத்து குண்டுகளை
நொறுங்கிச் சிதறட்டும்

வேட்டையின் வெற்றியில்
களிப்புற்றிருக்கிறாயா?

வா!
வட்டமாய் அமர்ந்துகொள்
பேசுவோம்

திருமாவளவன் கவித்தொகை

வேட்டை பற்றி
வேட்டையின் முடிவில் விருந்து பற்றி
களைப்பாற அருந்தும் மதுவின் சுவை பற்றி
மகிழ்விக்க ஆடும் மங்கையின் அழகு பற்றி
அமைதி பற்றி
சமாதானம் மற்றும் நிவாரணம் பற்றி
உலக நிலவரம் பற்றி

பேசுவோம்
களைப்பாறும் வரையிலும்

இருந்தாலும்
எக்கணமும் தூக்கம் மறந்திரு
மீளக் கிளம்பவேண்டும்

வேட்டை
சத்திரியர்க்கு அறம்

✦ ✦ ✦

நச்சுக்கொடி

அழு பெண்ணே
அழு

உன் ஒப்பாரிப்பாடல்
ஏழு கடல்தாண்டி எழுகிறது
என்செவியில்

ஊரடங்கு அமுலிருந்த நடு இரவில்
உன் வயிற்றில் வலியெழுந்த போதில்
வீழ்ந்த அலறல்
இன்றும் அதிர்கிறது
என்னில்

அன்று
கோடிப் புறத்து எலுமிச்சை அடியில்
தாட்டு விட்ட நச்சுக் கொடி
மண்ணில் கலந்து மடிந்திருக்க வாய்ப்பில்லை

ஏணையிலே கிடத்தி
நீ படித்த தாலாட்டும்
ஏணை கட்டுதற்கு
வீட்டுக் கோப்புசத்து விட்டத்தில்
கொழுவி விட்ட தேடாவடக் கயிறும்
நினைவில் முட்டுதடி
இன்றும்.

கண் மூடி விழிக்கு முன்னெழுந்த
கணப் பொழுதுள்
களத்துள் பாய்ந்து வெடித்துச் சிதறி
காற்றில் கலந்து விட்டான்
உன் பாலன்

கட்டிப் புரண்டு கதறி அழுகின்றாய்
நீ என்ன செய்வாய்?

வெடிவால் முளைக்கு முன்னர்
பிடித்து
மூளை நீக்கி
கபாலத்தைக் கோதாக்கி
சலவையிட்டுத் துடைத்து
வெடிமருந்தை நிரப்பி
ஏவி விடும் கலையும்
மாவீரம் செய்கின்ற வல்லமையும்
வாய்த்திருக்கு
அவர்க்கு

அழு பெண்ணே!
அழு

மாவீரமென்று
சோகத்தைப் புதைத்து
வெதும்பத் தெரியாத பேதை நீ
அழு

உன் பிள்ளைக்காய்
முற்றத்தில் தவழ்கின்ற குழந்தைக்காய்
ஒழுங்கையில் நடக்கும்
கர்ப்பிணி வயிற்று சிசுவுக்காய்
ஆயதக் குதங்களில் நிரவி வழியும்
ஆயிரக்கணக்கான சிறுவருக்காய்
அழு

உன் ஒப்பாரிப் பாடல்
எட்டுத் திக்கும்
ஒலிக்கட்டும்

✦✦✦

எட்டாமல் போன எனது

சூரியனைப் பிடித்து
சட்டைப்பைக்குள் திணித்துவிட்டேன்
இப்பொழுது
மின்மினியைத் தேடிக்கொண்டிருக்கிறேன்

நேற்று என்னோடு கூடியிருந்து
கண்ணாமூச்சியாடிக் களி கொண்டலைந்த
மின்மினி
எங்கே மறைந்தது இன்று?

சூரியனின் ஒளிப் பிரவாகத்தில் மின்மினி
கண்ணுக்குப் புலப்படாதென்கிறார் சிலர்
சூரியத் தகிப்பில்
மின்மினி பொசுங்கிவிடுமென்கிறார் வேறு சிலர்
சூரியனிருக்க
மின்மினி எதற்கு என்கிறார் இன்னும் சிலர்

எதுவாயிருந்தாலும்
எனக்கு மின்மினி வேண்டும்
அது இல்லாமல் தூக்கம் வர மறுக்கிறது

நானிப்பொழுது
சூரியனைக்கூட பிடுங்கியெறியத் தயார்
ஆனால் சூரியன் விடுவதாயில்லை
அதன் கதிர்கள் என்னுள் பரந்து
வியாபித்துக் கிடக்கின்றன

என் தேசத்தில்
ஆயுதங்களைப் போல

✦ ✦ ✦

பனிவயல் உழவு

கோழிகளின் கூவல்
கோவில் மணிகளின் தொழுகை அழைப்பு
இரண்டுமற்ற அம்மணக் காற்றில் நுழைந்தது
காலை

அலாரத்தின்அதட்டலிலே துயில் கலையும்
இதழ் பிரிய மறுத்து இமை துவளும்
காதல் ஸ்பரிசம் தேடி கரம் நீண்டு
வெறுமையிலே வீழும்
நடை பிணமாய் நானெழுந்து
சாளரத்துத் துகில் களைய துலங்கும்
நகர்

காமக்கிழத்தியென
இருளாடை களைந்து வெண்பனி
உள்ளாடையுள்
எடுப்பாய் உடல்வனப்புக் காட்டும்
ரொறன்ரோ நகரி

உடல் தழுவிக் காமக்கிறக்கத்தில்
சலனமற்றுக் கிடக்கும்
ஒன்ராறியோ நீர் வாவி
கட்டில் விளிம்பில்
விடிவிளக்கென நாணிக் கிடப்பார்
சூரியனார்

துருவக் கொடுங் குளிரில் அலைகின்ற
சூரியன் நீ
ஆயுதந் துரத்த நெடுந்துயர் கடந்த
பரதேசி நான்
உனை யார் துரத்தி
இங்கு வந்து அகதியானாய்?

முகமலம்பி
சூடாய் தேநீர் அருந்தி
வீதியிலிறங்கப் போர்ச் சன்னதமிடும்
பனிப்புயல்

போர்
தவிர்த்து
நீள்பயணம் நடந்து
நெடுநாள் கழிந்தும்
காலடிக்கீழ்
பெருநிழலாய்த் தொடர்கிறது
போர்

கால்கள் விரவும் அவலங்கண்டு
பனிதொங்கப் பைன் மரங்கள்
பல்லிளிக்கும்

தெருமுனைப் பொட்டல் வெளியில்
பறவைகட்கு உணவூட்டிச் சுகித்திருக்கும்
வெள்ளைத்தோல் மூதாட்டி
'ஹலோ' சொல்வாள்
எனைப் பார்த்து

உணவு பொறுக்கும் ஆவலில்
ஆலாக்கள் குரலெழுப்பும்
புறாக்கள்
அழகு நடை பயிலும்
இவற்றிடையே
தன்னினத்தை கூவி அழைக்கும்
எம்மூர்க் காகங்கள்

மாலை
எந்திரம் பிழிந்து துப்பிவிட
உடல் மீளும்
தெருமுனைப் பொட்டல் வெளி எங்கும்
மொய்த்திருக்கும்
மழலைக் கூட்டம்

தாமிரப் பொற்கூந்தல்
கருமணிச் சுருட்டை முடி
மஞ்சள் முகத்தில் குறுகிச் சிறுத்த கண்கள்
எதியோப்பிய மீன் விழிகள்
இவர்களோடு
கைகோர்த்து மகிழ்ந்திருக்கும்
எங்கள் இளசுகள்

மின்மினி மொய்த்த
ரொறன்ரோ நகரி மத்தியில் எழுந்து
உயர்ந்து நிற்கும்
சி.என். கோபுரம்

✦ ✦ ✦

மனிதக் காட்சிச் சாலை

கொடுங் கோடை
வெய்யில் கொளுத்த கொழுந்தெரிந்த
தேசம்

மூட்டை முடிச்சுகளோடு
முகங்களை மாற்றினோம்

கழுதைக்கும் மனிதமுகம்
தெரு நாய்க்கும் மனிதமுகம்
பன்றிக்கும் கரடிக்கும் குரங்கிற்கும்
பறவைக்கும் பச்சோந்திக்கும் பல்லிக்கும்
அதுவே

மனிதரும் கூட
எங்கள் சொந்த முகங்களை அழித்து
இரவல் முகங்களை எழுதிக் கொண்டோம்

படர்ந்தோம்
புலம் பெயர்ந்து
உலகின் திசைகள் பதினாறும்

மனிதர் கனத்து சமநிலை கெட்டது
உலகு
மாற்றிய முகங்களைப் பிடுங்கி எறிந்தோம்

மீள
இயல்பு தோன்றிற்று

பிறகென்ன
கூட்டம்; கொண்டாட்டம்; குழிபறிப்பு;
குழையடிப்பு; கோவில்; சடங்கு;

சங்காரம்; சந்திச் சண்டித்தனம்
குரங்காட்டம்; கரடி வித்தை
எல்லாம்

பிறகென்ன
இயல்பு தோன்றிற்று
மீள

இப்போது துருவம்
பனி பொழிய மறுக்கிறது
மடி பெருத்து வீதியில் அலைகிறது
மிருகம்

தப்பித்துக் கொண்டனர்
புத்தி தெளிந்தவர்

அகப்பட்டது
அப்பாவிகளும் நானும்

✦ ✦ ✦

தீ

கொடுங் குளிர்
நேற்று முழுவதும் உலாவித் திரிந்த காற்று
உருக் கொண்டெழுந்ததில்
குலையும் உறைகிறது

துருவேறிக் கனக்கிறது
மனது

அன்று ஆடிமாசம்
நானும் விடலை; சோளகமும் விடலை
பேய்க்காற்றில்
சதிராட்டம் போடுகின்றன உயரிப் பனைகள்

காற்றுக்கு அஞ்சி வீட்டினுள் கிடந்தால்
உடலினைப் பற்றாதோ பஞ்சி?

இறுகக் கட்டிய கொடுக்குக் கச்சைமேல்
இறுக்கிக் கிடக்கிறது இயனக்கூடு
மாரிலே ஏறுபட்டி
தடநார் வளையத்துள்
கால் நுழைத்து
உதைத்து
ஏறி
வகுத்து
வட்டுள் நுழைந்து
சீவி வருகிறேன்
நொடிப் பொழுதுள்

சுரைக் குடுவையை நிறைத்திருக்கிறது
புதுக் கள்ளு
அத்தனையும் தித்திப்பு
எத்தி
குளவி நுரை தள்ளி
பிளாவில் நிறைத்த
ஒற்றைப் பனைக் கள்ளின் சுவையில்
கிறுகிறுத்துப் போகிறேன்

இன்று
முற்றத்துக் கிளுவையிலே கொளுவி விட்ட முட்டி
நார் இற்று வீழ்ந்து
நொருங்கிப் போயிருத்தல் கூடும்
தலைவாசல் தாழ்வாரத்தில் விட்டு வந்த
இயனக் கூட்டுள்
துருவேறி முனை மழுங்கிக் கிடக்கும்
பாளைக்கத்தி

எல்லாம் இழந்தோம்
எல்லாமும் இழந்தோம்

இழப்பில்
என் வர்ணம் மறந்திருந்தேன்
மீளத் தொடர்ந்து
மரச்சிணி போல் நாறி
கனன்று எரிகிறது

துருவேறிக் கனக்கிறது
மனது

தீட்டுக் கட்டையில்
சட்டியோட்டை நொருக்கி
துகளாக்கி
பாளைக் கத்தி பளபளக்கத் தீட்டி
கூர்பார்க்க அரிப்பெடுக்கிறது
கை

பனையில்லை என்றால்
என்ன?

✦✦✦

பற்றை இலைக்கஞ்சி

மூன்று நாட்கள்
மூடிக்கிடந்தது வானம்

மழையும் குளிரும் காற்றும் புணர
மூசிக் கொட்டிற்று
வெண்பனி

முடங்கிக் கிடந்தன மனிதரும் உலகும்
சூத்திர ஒழுக்கில் ஒழுகிய உடலில்
பெரும் பிணியாய்ப் படர்கிறது
ஓய்வு

கண்ணீரில் கரிக்கிறது
உப்பு

இளமையை
வறுமை மேய்ந்த காலை

வானம் உடைப்பெடுத்துப் பொழிகிறது
மாரி
அடைமழை

வளவை நிறைத்திருக்கிறது
வெள்ளம்
வயிற்றை நிறைத்திருக்கிறது
பசி
ஒழுக்கு வீட்டின்
திண்ணை மூலையில் ஒதுங்கியிருக்கிறோம்

பரணிற் கிடந்த தாய் மூடல் பெட்டியுள்ளே
எஞ்சியிருக்கிறது
ஒரு சிறங்கை அரிசி

மழை ஓய்ந்ததோர் துளிப் பொழுதுள்
எட்டி நடந்து
வெட்டைப் பற்றையில்
பற்றி
படர்ந்திருந்த
முசுட்டையிலை, கொவ்வையிலை

மழைநீர்ச் சுமையில்
ஒடிந்து விழுந்த முற்றத்து முருங்கையில்
உருவியெடுத்த
ஐந்தாறு
முருங்கையிலை

இவற்றோடு
புளியின் சுவை சுண்டச்சேர்த்து
கஞ்சி காய்ச்சித் தருகிறாள்
அம்மா

அடுக்களையில்
சுற்றிச் சூழ்ந்திருந்து பருகி மகிழ்கிறோம்
நானும்
என் இளவல்கள் நால்வரும்.

இன்று
இருண்ட கண்டத்தில் அவளறியாதோர் மூலையில்
மூப்புப் பிணியோடு பார்த்திருக்கிறாள்
அம்மா.

துருவப் பனிக்கொதுங்கி
சாளரத்து ஓரத்தில் காத்திருக்கிறேன்
நான்.

இன்னமும்
எதைவேண்டித் தொடர்கிறது
போர்.

✦ ✦ ✦

வாடாமல்லி

என்
குடில் இழந்து
பனி வயற் காட்டில் குடி பெயர்ந்தேன்

கூடவே என்னோடு
மல்லிகைச் செடியொன்று
கூடத்தின் உள்ளே சாளரத்தின் ஓரத்தில்
சட்டியிலே கால் பதித்துக் காத்திருக்கு
பூவின்றி

துருவம் பனி சொரியும்
மல்லிகைப் பூ இதழாய் நினைவு
நனையும்

அன்று,
வாலிபத்தின் முறுக்கு என்னில்
யௌவனத்தின் பூரிப்பு உன்னில்

முற்றத்து மாமரத்தில் நீளக் கொடி பரப்பி
நிரவிப் பூத்திருக்கு மல்லிகை
முதிர்ந்த அரும்பு தெரிந்து
நீளச்சரம் தொடுத்துத் தருகிறேன்
நான்

தலையில் சூடி மகிழ்கிறாய் நீ
கீழ்வானில்
நாணிச் சிரிக்கிறது நிலவு

காலக் கடல் அலையில் கரைந்து போகிறது
கட்டிய வீடு
இன்று நினைவுகள் மட்டும்
நெருஞ்சியாய்

இனி
எப்போது மொட்டவிழ்க்கும்
என் கூடத்து மல்லிகை?

✦

2.

வெண்பனித் துகிலுள் மோகித்துக் கிடக்கிறது
துருவம்
நிலவு மெல்ல இறங்கி வந்து
பனி வயலில் மேய்கிறது

நான்
மோனத்துள் கிடக்கிறேன்
ஒரு கவிதைக்காய்

நிலவும் அவளும் கூடிக் கொலுவிருந்த
அன்றொரு பொழுதில்
எழுதொரு கவிதை என்கிறாள்
தோழி

மொழியும் உணர்வும் ஊறிப் பிரவாகித்த
அன்றைய இரவில்
மரபின் தளைகளுக்குள் கட்டுண்டு
அழிந்து போகிறது
என் கவிதை

மரபின் தளைகளை மீறி
சுயமாய் கவிபுனையும் இன்றைய பொழுதில்
நான் மோனத்துள் கிடக்கிறேன்
ஒரு கவிதைக்காய்.

ஒரு பத்து ஆண்டுகளை இரை மீட்டுத்
தள்ளிவிட்டு
எதை காத்துக்கிடக்கிறது
காலம்
துருவத்தின் உடல்மேல்
பனியை
மெல்ல மேய்ந்து வருகிறது
நிலவு

எல்லாம்
எல்லாமே இருக்கிறது
ஆனால்
கவிதை கேட்ட அவள்?

✦ ✦

3.

எப்போதும் அலைமோதும் கூட்டத்தில்
அவள் முகந்தேடி அலைகிறது
மனது

அன்றொரு துளிப் பொழுதில்
என்னில் ஒன்றி
கவர்ந்து காதல் மொழிந்து
பின்
விடைபெறாமல் விட்டுச் சென்றவள்
இன்றும் அவள் முகந்தேடி அலைகிறது
மனது

தெருச்சந்தடியில்,
கோவில் நெரிசலில்,
விழாக் கூட்டத்தில்,
சினிமாக் கொட்டகையில்,
பிரயாணக் கும்பலில்,
திடீரென நினைவு விழித்து
அவளோ
எனத் துடிக்கிறது

இன்று
அவள் தலை மீதில் நரை மேய்ந்து
விழி சூழ
கரு வளையம் படர்ந்து
தோல் செத்து
முன்னிப் பொலிந்த முலை தளர்ந்து
அழகும் அவள் அடையாளங்களும்
வீழ்ந்து
அழிந்திருத்தல் கூடும்

நினைவுகள் மட்டும் எழுகிறது
யௌவனமாய்
இன்னும்
அலைமோதும் கூட்டத்தில்
அவள் முகந்தேடி

✦ ✦ ✦

என்னுள் உறங்கும் சொப்பனம்

காலம் தலைமீது
நரையைக் கிறுக்கிவிட்டுச் செல்கிறது

என் பயணம் நடுவைத் தாண்டிவிட்டதற்கான
எச்சரிக்கை சமிக்ஞை கிடைத்தாகிவிட்டது
இனியும்
நான் தாமதிக்க முடியாது
இன்றோ நாளையோ
அல்லது
சில நாட்கழித்தோ
நானிறங்குமிடம் அண்மித்தல் கூடும்.

அதற்குள் என்னிடமுள்ளதை
உரியவனிடம்
ஒப்படைத்தாக வேண்டும்

இதுவரையில்
பல தரிப்புகளைத் தாண்டிவிட்டேன்
எண்ணிலடங்கா பயணிகளைச் சந்தித்துள்ளேன்
என்னிடமுள்ளதை ஒப்படைக்கத் தகுந்தவராய்
யாரும் அகப்படவில்லை

பலர் ஏறினர்
பலர் இறங்கினர்
சிலர் எனைத் தாண்டிச் சென்றனர்
வேறு சிலர் அருகிலிருந்தனர்
ஒரு சிலர் புன்னகைத்தனர்
இன்னும் சிலர் முகம் சுழித்தனர்

எல்லோரிடமும்
பயம்; பதட்டம்; பரிதவிப்பு; பணம்
தேடும் அலைச்சல்; அவசரம்; ஓட்டம்
ஒருவருக்காவது பொறுமையில்லை
ஒருதுளிப் பொழுது கூட
நின்று கேட்க அவகாசமில்லை

என்னிடம் உள்ளதொன்றும்
பெரிய பொக்கிசமில்லை

ஏதுகை, மோனை, சீர், சந்தம் என்ற
அனாவசியச் சடங்குகளை விலக்கிக்கொண்ட
இந்த நூற்றாண்டின் கவிதையைப் போல
ஒரு கையகலச் செய்தி

சிறு தீப்பொறி

யாராவது ஒருவனுக்கு உதவக்கூடும்
அதிலவன்
பீடித்துண்டைப் பற்றவைப்பானா
அடுப்பைப் பற்றவைப்பானா
அல்லது
உலகில் புரட்சித்தீயை மூட்டுவானா?

அவன் ஆளுமை பற்றியது
எனக்கு அவசியமில்லாதது

ஆனாலும்
அதனருமை புரிந்தவனுக்கு மட்டுமே
கொடுக்க என் மனமிசையும்
தெருவில் நின்று
தீப்பெட்டி கேட்பவன் போல்
பயணம் முடிவதற்குள் யாரோ ஒருவர்
சந்திக்கக்கூடும்

அவருக்காய்க் காத்திருப்பதில்
சந்தோஷித்திருப்பேன்

✦ ✦ ✦

நுகத்தடி மனிதர்

புகை வண்டியென நீண்டு கிடக்கும்
நகரத் தொடர் வீட்டுக் கட்டடத்தில்
இது
நம்மவர் உறையும் கூடு

இலையுதிர்த்து பனியுடுத்திய மரங்கள்
இடையே எழுவான்
சூரியன்

பாதாள அறையிருந்து மேற்கிளர்ந்து
செவி கிழிக்கும்
குறட்டை ஒலி

இன்று ஞாயிறின் காலை
சிகரெட் சாம்பரில் மூழ்கிய வட்டிலும்
பியர்ப் போத்தல் எச்சங்களும்
குலைத்துப் போட்ட சீட்டுக் கட்டும்
குண்டடிபட்ட
ஈழக்கிராமக் காட்சிப் புலமென விரியும்
முன்கூடம்

சூத்திரக் கிணற்றை
சுற்றிச் சுற்றிப் பழகியமாடென
இயந்திர வாழ்வழுத்த
அவல நுகத்தடி விலக்கி
கூடிக் கரைந்த நேற்றைய இரவின்
சாரலில்
நனையும் மனசு

பால்யத்து பகிடிக் கதைகள்
புகலிட நாட்டின் நம்மவர் நடப்புகள்
வெட்டிப் பேச்சு
இடையிடை வெடிச் சிரிப்பொலி
நிறையும்
வீடு

நடுநிசி தாண்ட
போதையேறி நினைவுகள் ஊரும்
ஊரில்

வயல் வரப்பில் வடலி வெளிகளில்
பூநாறிப் புதர்களில்
காணாமல் போனவர்கள் நினைவு
உறுத்தும்

செம்மண் வெளியெங்கும்
கல்லறைகள் விளைகின்ற கொடுமை
கண்ணில் நீராய்க் கசியும்

இடையே
என் வாலிபக் காலக் காதல்
கவிதையொன்றைப் பாடுவான் நண்பன்
உயரக் குரலெடுத்து

நாளை மீளும்
கடன் தந்தவனின் வட்டிக் கணக்கும்
கிரடிட்காட் நிலுவையும்
'பெல்கனடா'வின் சிவப்புச் சிட்டையும்
கண்ணீர் கரைத்து வந்த அம்மாவின் கடிதமும்
தங்கையின் ஏறும் வயதும் தம்பியின் கானற் கனவும்
சுமையாய் இறங்கும்

மீளத் தலை
மீளும்
நுகத்தடி கீழ்

✦ ✦ ✦

பொங்கல்

குறைமாதச் சிசுவைப்போல வந்து போனது
பொங்கல் திருநாள்
கொடுங் குளிர் நாளொன்றில்

முகில் கூட்டத்துள்
உறைந்து போனான் சூரியன்

ஏறும் தேரும்
ஏழு குதிரைகளும்
எங்கேனும் அனாதரவாய்
கிடத்தல் கூடும்
என்னைப் போல்

இருட்டில் எழுந்தேகி
இரும்பொடு மாய்ந்து
இருட்டிலே மீளும் எனக்கெல்லாம்
இரவுப் பொங்கலே இனிதாகும்

பசுஞ்சாணி; மாக்கோலம்; மாவிலை; மஞ்சள்
தோரணம்; புத்தாடை; புதுப்பானை; புதிரரிசி
பட்டாசு அத்தனையும் மனதிருக்க
அடுப்பேறும் பழசு

பசுஞ்சாணி என்றதுமே
'ஷிட்' என்று முகம் சுழிக்கும்
என் மழலைகட்கு
எப்படி எடுத்துரைப்பேன் பொங்கல் தத்துவத்தை?

நாளையொருகால்
பொங்குதல் என்பது
பொருளறியாச் சடங்காகி நிகழுதல் கூடும்

எதர்க்கும் நன்று
'புகலிடத்தில் பொங்குதல் எப்படி?'
இன்றே
புகலிட மொழியில் புத்தகமொன்று
வெளியிட்டு வைத்தல்

✦✦✦

அவளுடன் மூன்று பொழுதுகள்

இன்று
எதிர்பாரா நிகழ்வொன்றில்
அவளை நான் சந்தித்தேன்

முன்னொரு காலை
வேனில் நாளில் நிகழ்ந்தது
அவளுடனான முதற் சந்திப்பு
விடுமுறை கழிக்க ஊருக்கு வந்திருந்தாள்

அவள் குறும்பில்
சிறு நகை விரிப்பில்
குறுகுறு விழி மொழிக் கதையில்
குதூகலக் கூச்சலில் கூடிக் கழிந்தது
விடுமுறை

திரும்பிய பின்பும்
அவளது நினைவில் சில நாள்
நனைந்தோம்

பின்னொரு பொழுதில்
கார்த்திகை நாளில் கண்டதாய்
நினைவு

சேலை போர்த்திய உடலும்
தாலியின் சுமையில்
தாழ்த்திய தலையுமாய்
கணவனின் பின்புறம் கைகட்டி நின்றாள்

கண்மடலோரம் தேங்கிய நீரும்
உதட்டுச் சரிவில் நழுவிய நகையும்
உயர்த்திய விழியில் துயர மொழியும்

மௌனமாய் மறைந்தாள்

இன்று காலை
எதிர்பாரா நிகழ்வொன்றில்
அவளை நான் சந்தித்தேன்

கொடு மழை கடந்து தெளிந்த வானில்
விரையும் பறவையாய்
சிலிர்த்து நடந்தாள்

வினாக்குறி தொக்க உயர்த்தினேன்
விழிகளை

திருமணம் அடிமைச் சாசனமல்ல
சடங்கு
ஒப்பந்தம்
ஒப்பந்தங்கள் மீறப்படும்போது
விலகலென்பதும்...

விளங்கிக்கொண்டேன்

விலகி நடந்தாள்
பல யுகங்களின் தடங்களை
விலக்கியபடியே

✦ ✦ ✦

ஆறாம் பூதம்

நான்
உன்னால் உருவாக்கப்பட்டவன்
உனையே ஆளும் சர்வாதிகாரி
நானே தேவன்
ஆக்கல் தொழிலுக்காய்ப் படைக்கப்பட்டவன்
ஆனாலும்
நான் நடத்துவதோ ஊழிக் கூத்து
உருத்திர தாண்டவம்
அழித்தலே என் அவதாரத்தின் தாற்பரியம்
நான் அரக்கன்
பஞ்சபூதங்களின் புத்திரன்
ஆறாம் பூதம்
ஆகாய வெளியில் ஆர்ப்பரித்தெழுவேன்
வையத்தைத் துளைத்து
ஆழியைக் கடைவேன்
ஒரு கணப்பொழுதில் பிரபஞ்சத்தையே பொசுக்கிடுவேன்
பூமியைப் பிளந்து முளைத்தெழும்
விஷவித்து நான்
வானில் தோன்றும் தூமகேது
இப்பொழுது
என் சொரூபம் புரிகிறதா?

✦✦✦

ஆறு

சுரணையிழந்து
ஓடிக்கொண்டிருக்கிறது ஆறு
இன்றைய
எனது நாளைப் போல

கரையோரம்
வேரறுந்து நீர் தொட்ட
உச்சாணிக் கொம்பிருந்து
கரைகிறது குருவி
கண்ணீர் உறைகிறது குரலில்

சலசலத்து நீரோட
மரந்துளிர்த்துப் பூப்பூக்க
துணை தேடிக் கூடு கட்டி
கலவி கொண்டு கருத்தரித்து
காத்திருந்து
உணவூட்டி மகிழ்ந்திருந்த
குருவி

எங்கோ தொலைவில்
வானிடிந்து கொட்டிய கொடு மழையில்
கரை புரண்டு நீரோட
வேரறுந்து மரம் வீழ

கரைகிறது குருவி
கண்ணீர் உறைகிறது குரலில்

ஓடிக்கொண்டிருக்கிறது ஆறு
நகரும்
என் நாட்களைப் போல

✦✦✦

இருள்வெளிப் பயணம்

முற்றி நிறமேறி பழுப்பெறிந்து
இலையுதிர்த்துக் காத்திருக்கு
காலம்

நீர் ஊர்ந்து கல்தேய்ந்த
சிற்றோடைத் தடம் துலங்க
பனிமூடும்

வாழ்க்கை இலகல்ல
எப்பொழுதும்

நேற்றைய நினைவிலும்
நாளைக் கனவிலும்
வெறுமையாய்க் கரைகிறது
இன்று

ஒரு புதிய நூற்றாண்டின்
மைல்கல் தாண்டி நகர்கிறது
நாட்கள்

2.

முட்டி மோதி இடியுண்டு
ஒன்றின் புட்டத்துள் மற்றொன்று
முகம் நுழைத்து
கண்மூடி
போகிற போக்கில் மூசி
அடி வேர் கடித்து
சலம் விட்டு
அதிலேயே புழுக்கையிட்டு விரவும்
மந்தைக் கூட்டம்

வெகு இயல்பாய் விரட்டி
ஒன்றாக்கி நடத்திச் செல்கிறான்
இடையன்.

ஏன்? எங்கு? எதற்காய்?
என்பதறியா இருள் வெளிப் பயணம்

காலத்தின் திசையில் அலைகிற
கூட்டத்தை விலக்கி
தனிக்க முயலும் அருந்தலொன்றை
சவுக்கால் சொடுக்கி
மீள இணைக்கும் எத்தனத்தில்
மேய்ப்பன்.

குருதி சொட்ட
ரணங்கள் கிளர்த்தும் வலியிலும் முனகலிலும்
அடுத்த கணத்தில்
கசாப்புக் கடைக் கம்பியில் தொங்குதல் சாத்தியம்
எனினும்
கேள்விகள் முட்டி முலை கனத்து
வேதனை உறுத்த
பட்டி விலக்கித் தனிக்க முயல்கிறேன்
நான்

வெறுமையாய்க் கரைகிறது
காலம்

3.

முருங்கையிலேறி மீளவெட்டிச் சுமக்கிறேன்
வேதாளச் சடலத்தை

ஒரு மாறுதலுக்காய்
புதிதிலும் புதிதென இலக்கியம் பேசுகிறது
வேதாளம்

பூனைகளின் புணர்ச்சிக் கத்தல்
என் செவி நிறைய
கொடிய இருள்
திசையறியாப் பெருவெளி

வெகு தொலைவென்கிறார்கள்
மனிதர்கள் உலகு

வேதாளச் சுமையும்
இலக்கியச் சுமையும்
என்னுள் கிளர்ந்த கேள்விச் சுமையும்

வெறுமையைச் சுமந்து நடக்கிறேன்
வெளியில்

நகர்கிறது நாட்கள்

4.

மலத்தின் திரளை உருட்டிச் செல்கிறது
வண்டு
உருள்கிறது பூமி

புழுக்களின் இராச்சியம் நுழைந்தேன்
புழுக்கள் அரித்து ஏப்பம்விட்ட
நிலம்

ஒன்றுள் ஒன்று பிணைந்து
புணர்ந்து
புழுக்களின் பந்தாய் உருள்கிறது
உலகு

காது செவிடு பட
புழுக்களின் ஆர்ப்பரிப்பு
என் உடல் வாய் செவியெலாம் ஊர்ந்து
நெளிந்து
மனம் அருவருக்க
நாற்றம் வயிற்றைக் குமட்ட
விரைகிறேன்

வெகு தொலைவென்கிறார்கள்
மனிதர்கள் உலகு

✦ ✦ ✦

அர்த்தநாரீசத்துவம்

மண்ணொடு வானம்
ஊடல் கொள்ளும்

மின்னல்; முழக்கம்; இடி
முடிவில்
விண் உகுக்கும் கண்ணீர்
மழை

வெள்ளம்
ஓடி
சுழித்து
பெருகி
பாய்ந்து
அடங்கக்
குளம்

2.

குளமாய் நிறைந்த அவளின் கண்கள்
உடைத்துப் பாயும்
விழி நீர்ப் பெருக்கில் வீழ்ந்து
மூழ்கிக் கரையும்
எனது கல் மனது

கிழக்கு வானில்
முளைக்கும்
நிலவு

3.

நிலம்
நிலவு
நீர்ச் சுனை
நீரைக் கிழித்து நிலவைக் குறித்து
மின்னிப் பொலிந்து முன்னிக் கிடக்கும்
இள முலை இரண்டும் நீலோற்பல அரும்பு

அறுகில் நெய்த அழகிய விரிப்பில் அவள்
அருகில் நான்
கட்டியத்தோடு கரையில் எழுவான்
காமன்

நாளத் திரியில் மூளும்நெருப்பு
குருதி பாயும் திசை வழி படரும்
விம்மிப் புடைக்கும் புயங்கள்
விரியும் மார்பு
கனத்த முலைகளை அடக்கும் கச்சை
அறுந்து வீழும்

மேனி தழுவும் தீயின் நாவு
நாவில் தாகம்

வைரத்தை வைரத்தால் அறு
தீயைத் தீயால் அணை
முத்தத்தில் தொடங்கிற்று
யுத்தம்

தாளம்
லயம்
சுருதி
இம்மியளவும் பிசகாக் தாண்டவம்
ஆன்ம லயிப்பு; அரவப் புணர்வு; நீண்ட முயக்கம்
அவளுள் நான்; என்னுள் அவள்

அர்த்தநாரீசத்துவம்

அவள் விழிக்கசிப்பில்
தொங்கிக் கிடக்கும் கடைசித் துளி
இன்பத் துளி

ஊடல் நீரில் உப்புக் கரிப்பு
கூடல் நீரில் தித்திப்பு

நீரில் அமிழ்ந்து கரையும்
நிலவு
இருள் கலைய செக்கல் வானம்

நீர்ப் படுக்கையில்
மலர்ந்திருக்கிறது நீலோற்பலம்
மல்லாந்து கிடக்கிறோம் நாங்கள்

எழுகிறது ஆதவம்

✦ ✦ ✦

மனவெளி

மரங்கிளைத்து
வான் மூடி
இருள் மண்டி
வெறுங் காடாய் வெளிவளவு
ஒளி புக வழி இல்லை

சீட்டாட்டம்
வேட்டை
ரகசியமாய் புகை பிடித்தல்
மலங் கழிக்க மறைவு தேடுதல்
காதல் சரசங்கள்
எனத்
தினமும் நிறைந்த கூட்டம்

புதர் களைந்து
தீயன விலக்கி
சீரிட்டு
புதியன புகுத்திச் செப்பனிட்டேன்
பலருக்குப் பலனளிக்க எண்ணி

தோட்டமமைத்தல்
பராமரித்தல்
பசளையிடல்
எனப் பல நூல் பயின்றேன்

பூத்துக் குலுங்குகிறது
வளவு
அத்தனையும் அழகு

அன்றுவந்து போனோர் கூட
அறியாதவர் போல் விலகி நகர்கிறார்

இன்றுதிறந்த வானமும்
நிலவின் ஒளியும்
நானும்

நிறைந்து கிடக்கிறது
மனது

✦ ✦ ✦

புதிர்

புரியாத புதிராயிருக்கிறது

நான் நல்லவனா
அல்லது கெட்டவனா
நல்லவன் என்றனர் ஒரு சிலர்
கெட்டவனென்றனர் வேறு சிலர்
நேற்றொரு காலை நல்லவனென்றோர்
இன்று
துட்டனென்று பொருதி நின்றனர்
முன்னொரு பொழுதில் கெட்டவனென்றோர்
இன்றைய பொழுதில்
நண்பனென்று தோளோடணைத்தனர்
ஒவ்வொரு மனிதக் கரத்திலும்
அவரவர் அளவுகோல்
அவரது எடைக்கு
நான் வெறும் எடைக்கல்
நேற்றும் இன்றும்
நான் நானாகவே இருப்பதாய்
உணர்கிறேன்

நாளையுங் கூட
நானாயிருக்கவே உள்ளம்
அவாவும்

✦ ✦ ✦

ஓவியம்

முயன்று முயன்று வரைகிறேன்
இன்று வரையில்
முற்றுப் பெறாமல் கிடக்கிறது
ஒவ்வொரு தடவையும் முயலும் போதிலும்
ஏதோவொரு இடைச்செருகல் புகுந்து விடுகிறது
நான் அசட்டையீனமாய் இருக்கும் போதில்
ஆலோசனை வழங்கும் சாக்கில்
அல்லது
சோர்வுற்றிருக்கும் போது
புத்துணர்வூட்டுவதாகக் கூறிக்கொண்டு
எங்கோ ஒரு மூலையில்;
கிறுக்கி விடுகிறது
சிலசமயம்
இதுவே அழகெனப் புகழ்ந்தும்
அவலட்சணம் என இகழ்ந்தும்
இடைஞ்சல் தருகிறது
வரன்முறை என்று அறிவுரை சொல்கிறது
எனக்கு
எந்த விதிமுறையோடும்
உடன்பாடு கிடையாது
என் மூலத்தைத் தரிசித்து
மனதுக்கிசைந்தபடி சுயத்தை வரைய
விழைகிறேன்

சற்று விலகியிருங்கள்

✦✦✦

யாத்திரை

களங்கட்டிக் கூட்டுக்குள் சிறைப்பட்ட
மீன்போல்
என் வாழ்வு நகர்கிறது

பாறாங்கல் எனக் கனக்கும்
இதயச்சுமையை
புறந்தள்ள முடியாத் துயரத்தில்
வீழ்கிறேன்

ஆண்டாண்டாய் ஊர்ந்து
நகர்ந்து
குழிவிழுந்த வீதிகள் ஊடே
நீளும் என் யாத்திரை

ஒவ்வொரு கிடங்கிலும்
பொறிவைத்துக் காத்துக் கிடக்கிறது
மரபு

தவறி வீழும் போதில்
விதியென விலக்கிட முடியா
இயலாமையில் துடிக்கிறேன்

மீள எழும்போதில்
மரபுக் கோட்டையின் அடிக் கல்லிலொன்றை
பெயர்த்துக் கொணரும் எத்தனம்
என்னுள்

ஆடு புலி ஆட்டமாய்
என் யாக்கையின் யாத்திரை நகர்கிறது

இதைவிட்டால்
வேறு எதைச்சொல்ல?

✦ ✦ ✦

துயருறு காதை

துருவத்தின் கண்களில் தூக்கக் கலக்கம்
கொட்டாவி விடுகிறது
காலம்

அந்திச் சிவப்பில் இலைகளைத் தோய்த்து
உதிர்த்து
படுக்கை விரிக்கும்
மரங்கள்

சமன் மீன்களை ருசித்துக் கொளுத்த
துருவக் கரடிகள்
மற்றும்
கூதல் தேச விலங்குகள் யாவும்
நீள் துயில் வேண்டி
பொந்துகள் தேடும்

இன்றோ நாளையோ
வெண்பனித் போர்வையால்
இழுத்து மூடிப் பள்ளி கொள்ளும்
துருவம்

ஆறு மாத நெடுந் தூக்கம்

2.

மழை
வெயில்
பனி
எது பொழிந்தாலும்
காலம் உறங்கா எனதூர்க் கோவிலில்
ஆண்டுதோறும்
சூர சங்காரமும் கந்த புராணப் படலமும்
நிகழும்
ஒருவர் செய்யுள் படித்து, சந்தி பிரித்து,
அடியை எடுத்துக் கொடுக்க
விரித்துப் பரப்பிப் பொருளுரைப்பார்
மற்றொருவர்

நாளில்
இரவு பாதி; பகல் பாதி
இது மானிடர் காலம்
ஆண்டில்
இரவாறு திங்கள்; பகலாறு திங்கள்
அஃது தேவர் உலகு

படனங் கேட்டு
தேவலோகப் பரபதம் வேண்டி
விரதம் நோற்று இன்புற்றிருப்பாள்
அம்மா

அண்டப் புழுகென
வியந்த நாள் கழிந்து
தேவர் தேசத்துத் தேசியனானேன்
இன்று

3.

தேவர் தேச நகரிகளெங்கும்
மின்னிப் பொலியும் மின் அலங்காரம்

அணங்குகள் நிறைந்த ஆடல் மாடம்
ராப் இசையும் ரம் மதுவும்
அரம்பையர் நடனமும்

கூத்து
குடி
கூடல்
என விரியும் இரவு

உணவு விடுதி அடுக்களைத் தீயிலும்
பாத்திரம் கழுவும் எந்திரம் முன்னும்
அறையப்பட்ட அவுணனாய் ஆனேன்
நான்

இன்றும் நிகழும்:
எனதூர்க் கோவிலில்
கந்தபுராண படனமும் நோற்பும்

விரதம் நோற்று
இன்புற்றிருப்பாள் அம்மா

✦✦✦

கரைதல்

ஆண்மகன் அழக்கூடாதென
யார் சொன்னது
அழு
நன்றாக அழு
களிப்புறும் போது
கட்டுப்படுத்த முடியாத கண்ணீரை
கவலையுறும் போதில்
கட்டி அடக்கும் கட்டாயமென்ன?
அழு
என்னால் தீர்மானிக்க முடியாத
வாழ்வின் சுவடுகளில் சிக்குண்டு
துயரங் கனத்து
இதயம் கல்லாய் இறுகிக் கிடக்கிறது
அழு
நன்றாய் அழு
கல்மனம்
உருகிக் கரைந்து ஓடட்டும்
ஒரு சொட்டும் மீதமின்றி
நாளைய பொழுதைப் புதிதாய்ச் சந்திக்க
மனதுக்கு
சுமைகள் கூடாது

அழு
நன்றாக அழு

✦ ✦ ✦

விலங்குகள் பூங்கா

அடிக்கடி நிகழ்வதில்
அதிசயமென்று சொல்வதற்கில்லை
அதனால் அற்பமுமல்ல

விசித்திர விலங்குகள் இரண்டிடை
நிகழும்
முரணும் மோதலும்

என் அகம் ஆடு களம்

ஒன்று
கடிவாளம்
கண்பட்டி
கத்தரித்துச் சிலிர்த்த பிடரிமயிர்
பட்டில் இழைத்த சேணம்
பயிற்சியில் இறுகிய முகம்
சவாரிக்குப் பயின்ற
சாதுப் பிராணி

மற்றொன்று
அடவியில் அலைந்ததில்
கொழுப்பேறிய குழுவன்
அல்லது
யானையில் அலியன்
பன்றியில் பிடாரி
முறுகிக் குறுகி காற்றிலே பாயுமாம்
நாகம்
இவற்றிலொன்று
அல்லது
ஒட்டுமொத்தமாய்

ஒன்று
புறப்படும் பொழுதிலெல்லாம்
மூர்க்கமாய் முளைக்கிறது
மற்றொன்று

குறிவைத்து தாக்கிப் பின்
இழக்கிறது அனைத்தும்
பறக்கிறது இரண்டும் அம்மணமாய்
புணர்ந்தொன்றாகி

காற்றில்; கடலில்; ஒலியில்; ஒளியில்;
வான் வெளியில்; மண் மடியில்
ஓவியமாய்
மிகச் சுதந்திரமாய்ப் பிறக்கிறது
என் கவிதை

✦ ✦ ✦

வேனில்

எப்போதாவது ஒரு பொழுதில்
இங்ஙன்ம் நிகழ்வதுண்டு
இன்றும் நிகழ்ந்தது
ரசாயன மாற்றம்
என் உடற் குடுவைக்குள்

ஆய்வுக் குழாய்களோடு நாட்கழித்த
பள்ளிப் பிராயத்தில்
இப்படியொரு தாக்கம் பற்றி
எந்த விஞ்ஞான ஆசிரியனும்
வகுப்பெடுத்ததாக நினைவில்லை

உறைபனிக் குளிருள் சுருண்டு கிடந்த
நரம்புகள் யாவும் விரிந்து புடைத்தன

துருசு திறந்து பாய்ந்தது குருதி
நாளவோட்டத்தில் துள்ளி மகிழ்ந்தன
விறால் மீன்கள்

விரல் நுனி அரும்புகள் துடித்தன
பூக்களைப் பிரசவிக்க

தரிசாய்க் கிடந்த உடற்பரப்பெங்கும்
காற்றிலாடின பச்சை வயல்கள்
நாட்டார் பாடல் இசைத்தபடி

தலையைச் சுற்றிலும் பல நிறப்பறவைகள்
எங்கே இருந்தன இத்தனை நாட்களும்

காது மடலுள் கூடுகட்டி
குஞ்சுகளோடு தாய்ப் புறா
இதழின் மீது கருநிற வண்டு
மதுவுக்காக ஏங்கிக் கிடக்கும்

இதயச்சுவரை கொத்திக்கொத்தி
இடங்கேட்கிறது இளசுப் பறவை

என் வாய் மொழி காற்றிலே கரையுது
கவிதைப் பெருமழையாய்

என் விழிப்பார்வையில் சூரியன் பொசுங்க
சொரியுது பல வண்ணப் பூக்களாய்

ஆய்வுக்கு முடிவெழுதும் ஆவலில்
கரங்கள் அரிப்பெடுக்க
விடை தேடுது மூளை

சாளரவழியே தென்றல் இசைக்கும்
கொடுங் குளிர் வென்று வேனில் வருகிறாள்
இதோ! இதோ!!

✦✦✦

வீடு

இப்பொழுதெல்லாம்
தினந் தினம் வீடு பற்றிய துயர்
கௌவுகிறது

என் நினைவில் தவழ்ந்த
முதல் வீடு

மண் சுவரும்
கிடுகுத் தட்டி மறைப்புமாய்
வேப்பந் தூணில் எழுந்து நின்றது

கொள்ளுப் பாட்டன் காலப்
பரம்பரைச் சொத்து
என் தாய்க்கு தாய் வழிச் சீதனம்

அவள் நிதமும் பசுஞ்சாணியோடு
முள்முருக்கு இலையின் சாறு சேர்த்து
கறுப்பாய் அழகாய் மெழுகி உலர்ந்த தரையில்
தவழ்ந்து
தென்னங் கீற்றூடே நிலவைச் சுகிப்பேன்
நான்

இருள் கவிந்த கருக்கல் பொழுதொன்றில்
கைவிளக்கொடு கயிற்றுக் கொடியில்
துணியெடுக்கச் சென்ற என் இளையவன்
மூட்டிய தீயில்
அவிந்து
கரியாய்ப் போனது

போனது போக
மீதம் எடுத்துத் தொடுத்த குடில்
மாரி வெள்ளத்தில் பாறி வீழ்ந்தது
என் இரண்டாவது வீடு
கல்லில் எழுந்தது

திருமாவளவன் கவித்தொகை

மாளிகைக் கனவு மனதில் மிதக்க
மிடி கையில் கடிக்க
தொடங்கியது
கட்டிய கனவில் இரண்டறை மட்டுமே
நனவில் மீதம்

முப்பது வருட முடிவிலுங் கூட
முடிவின்றிப் போயிற்று

பின் நாளில்
என் விடலைத் துடிப்பை
நவீனத்தில் குழைத்து
முளைத்தது மூன்றாவது வீடு

அகலச் சாளரம் ஊடே
நிலவின் ஒளி
வாடைத் தென்றல்
வண்டிசை கீதம்

பருகிக் கிறங்கி கணப்பொழுது
கண் மூடித் துயிலுமுன்
பலாலிப் படைவீட்டின்
விழுதுகளுள் சிக்கி
சூனியமாய்ப் போனது என்னூர்

இன்று உலகெல்லாம் அலையும்
இரவல் வாசம்
எனக்கு
இனி எப்போ வீடு?

✦✦✦

பசலை படர்ந்த நிலத்தின் பாடல்

சூரியன்
எழும்போதிலெல்லாம்
நான் விழித்துக்கொள்கிறேன்
அவன் கரங்களால்
அணைத்துக் கொள்ளும் பொழுதுகளில்
என்னுடல் தகிக்கும்
உணர்வுகள் கிளர்வுறும்
அவன் கண்களில் மின்னல் தெறிக்கும்
இதயவொலி
நாற்புறமும் சிதறி முழங்கும்
மூச்சுக் காற்று
என்னில் மோதும்
அவன் மழையாய்ப் பொழிவான்
நான் நிலவாய்க் குளிர்வேன்
மேனியெங்கும் துளித்துளியாய்
வெள்ளம்
பெரும் பிரவாகமாய்ப் பெருக்கெடுக்கும்
இன்பம்
நான் உன்னை மலர்களால் அர்ச்சிப்பேன்
சுகந்தம் தூவுவேன்
பல்லாயிரம் பறவைகள் ஒலியெடுத்து
பாடலிசைப்பேன்

சூரியனே நீ எழுக!
என்
மோகம் தணிக

✦ ✦ ✦

தமிழ் கனேடியனும் நானும்

உடல் உழைத்துக் களைத்துச் சோர்ந்த
துளிப் பொழுது
அமைதியை அழித்து அலறுகிறது
தொலைபேசி

எதிர் முனையில் அவன்

தீர்மானமாக மறுதலித்தேன்
உன்னுடன் பேசுவதில்
கிஞ்சித்தும் இசைய மறுக்கிறது
மனது

முன்னொரு நாளில்
கவிதை பற்றிப் பேசினேன்
ஒரு கவிதைக்காய்
எவ்வளவு பணம் கிடைக்குமென்றான்

பூக்களின் அழகில் வியந்தேன்
மாலை தொடுத்தால்
பெருந் தொகை பெறுமென்றான்

காலாற நடந்த
மாலைப் பொழுதொன்றில்
தேனீர்ச் சாலையுள் நுழைந்தோம்
விலைப் பட்டியலிலே குறியாயிருந்தான்

வாழ்வின் இருப்பு பற்றி விவாதித்தோம்
ஆயுட்காப்புறுதி செய்துவிட்டாயா?
வினவினான்

உலகின்
ஒவ்வொரு துளியையும்
பருகத் துடிக்கும் கவிஞன் நான்

இன்னும் இவனுடன் பேச
என்ன இருக்கிறது

✦ ✦ ✦

ஒட்டுண்ணிகள்

துருவச் சோலையில் பகல் நீளும்
காதல் சரசங்களை ஒற்றிச் சுமந்துவரும்
தென்றல் காற்று நாணும்
வானம் சிலிர்க்க
பனியுலர்ந்த புல்வெளிகள் பூத்துச் சிரிக்கும்

உணர்வுகளைக் கருத்தரித்த பீரங்கி
எத்தனை காலந்தான்
மௌனிக்கும்?

சில்வண்டுகளின் சிதறல் ஒலி
கிழிய
என் பாடல் காற்றிலே மிதக்கும்

இவர்கள்
துருவத்தின் குருவிச்சை மனிதர்கள்

சங்கத் தமிழர் பெருமைசொல்லி
சொந்தத் தலைக்குச் சாயமிட்டு மூடும்
விண்ணர்கள்

வேர் மண்ணில் சொரியும்
பிஞ்சுகள் மரணத்தைச் செய்திகளாக்கி
பணம் பண்ணும் வித்தகர்கள்

சொந்த முகங்களைத் தொலைத்து
முகவரி தேடி
ஒருவருக்கொருவர் முதுகு சொறிந்து
சுகித்திருக்கும் எத்தர்கள்

இவர்கள்
துருவத்தின் குருவிச்சை மனிதர்கள்

விளக்குமாத்துக் கட்டுகளுக்குக்கூட
பட்டுக் குஞ்சம் கட்டலாம்
மூட்டைப் பூச்சிகளுக்கெல்லாம்
ஊட்டச்சத்தெதற்கு

நாளை
இந்த நச்சு மனிதர்களின் நடுகற்களைக் கூட
மிச்சம் விடாதீர்கள்

நீ நடந்த
கால் தடங்கள் கபாலத்தினுள் ஆயிரம் புழுக்களாகி
அரிப்பெடுக்கும்
கண்டுவந்த காட்சிகள் பசுமைபோலத் தோன்றும்
உள்ளம் உளைவு கொள்ளும்
அவல மனிதரின் உருக்களுள் உன்னை
வார்ப்படஞ் செய்யத் துடிக்கும்

சிரத்தை கொள்
சித்தத்தின் தேடலுக்குள் உன்னை சித்திரப்படுத்து
சுயமறிந்து வாழக் கற்றுக்கொள்

நாளை
கூதல் தேசத்துப் பைன் மரக் காட்டினுள்
பனைகளும்
வேர் பரப்பி உறுதிகொள்ளும்

✦✦✦

பெற்றதார் பெறுவார் உலகில்

காத்திருக்கிறோம்
விமானநிலைய முன்றலில்

புதைகுழி பெருகும் தேசத்திருந்து
தப்பித்து வருகின்ற உறவுகளுக்காக
காத்திருந்த
அந்த விமானநிலைய முன்றலில்
காத்திருக்கிறோம்

இந்திய தென்புல
சினிமா நட்சத்திரங்களுக்காக
சினிமா நட்சத்திரங்கள் வாயசைக்க
குரலெடுக்கும் குயில்களுக்காக
சினிமா நடிகைகளின் முலையழகில்
தமிழ் வடிக்கும் கவிகளுக்காக
காத்திருக்கிறோம்
மாலைகள்
மஞ்சள் பட்டுத் துண்டுகள்
பதாகை தூக்கிகள்
படப்பிடிப்பு தளபாடங்கள்
நேரடி ஒலிபரப்பு விண்ணர்கள்
கோஷமிட சிறு கும்பல் சகிதம்
காத்திருக்கிறோம்

கனவுலகிருந்து
இன்று காலை வந்திறங்கினான்
ஒருவன்

நாங்கள் கைகுலுக்கி
முத்து வைரம் என வாழ்த்தொலித்து
உதட்டு மொழி கேட்டு
பெரு அதிசயமென பூரித்து
அடிகழுவி
அடிப்பாதம் பற்றி வீழ்ந்தோம்

ஆசிகேட்டு
பெற்றோம் பெரும் பேறு

✦ ✦ ✦

விழுப்புண்

பனிப்புயலில் தனித்தலையும் பறவையின்
ஓலமொன்றில்
நான் கரைந்து போகிறேன்

அஃது என்னுள் அதிர்கிறது
சிறு இலக்கியமொன்றின் செறிவினைப் போல

கவிதையின் சாயலில்
தாய்மையின் துயரில்
ஆக்ரோஷப் பார்வையில்
மனநோயாளியை பார்க்கின்ற பரிவில்
மனித மலத்தை மிதித்துவிட்ட அருவருப்பில்
சில சமயம் போர்ப்பறையின் சன்னதத்தில்

எப்படிச் சொல்ல?
என் வார்த்தைகளில் அடங்கிப் போக
மறுக்கிறது

நாளையொருகால்
உன் செவியிலும் அதிரல் கூடும்
உணர்வுகளைத் தீட்டிக்கொள்
முடிந்தால்
உன் அயலவனுக்கும் சொல்

கடல் மீதில் நிலவு காய்கிறது
துருவமெங்கும் பனி சொரிகிறது
சுதந்திரம் கண்முன் விரிந்து கிடக்கிறது
சந்தனம் மெத்தியதில்
அடுத்தவன் பிருஷ்டத்தைத் தேடி அலையும்
மனிதர்கள்

நீ சாதனைப் பட்டியல் படித்து
மகிழும் போதிலெல்லாம்
தனிமனிதப் பலவீனம் என்று
தள்ளிவைக்க முடியவில்லை

என் சமூகம் மீதில்
சீழ் நாறுவதாக உணர்கிறேன்
வயிறு குமட்டுகிறது.

முகவரி தேடும் முகங்களை
செய்தித்தாள்களில் காணும் போதிலெல்லாம்
கருங்கல்லில் காகம் எச்சமிட்ட இலட்சணத்தின்
அருவருப்பில் துடிக்கிறேன்

கூடுகட்ட
இடம் கிடைத்து விட்டது என்பதற்காய்
வித்துக்களை விதைக்க நான் சித்தமாயில்லை

வேண்டுமாயின்
களி கொள்ளலாம்
கலவியும் கொள்ளலாம்
முட்டையிடுவதுபற்றி முடிவெடுக்கு முன்
குஞ்சுகளின்
எதிர்காலம் பற்றிச் சிந்திக்க வேண்டும்

சற்று அவகாசங்கொடு

✦ ✦ ✦

மழை

இன்று
இடியுடன் கூடிய மழை பொழியும்

மொழிகிறது
வானிலை அறிக்கை

புகலிட வாழ்வினுள் சபிக்கப்பட்ட நான்
நனைய
என்றும் பெய்ததில்லை மழை

பால்யத்து மழைநாட்கள்
பெய்யெனப் பெய்கிறது
இன்றும்

2.

அன்று காலத்தின் உக்கிரத்தில்
வான் கிழிந்து கொட்டியது
பெருமழை

தவளைகள் புணரக் கிளர்த்திய ஒலியும்
அம்மாவின் சேலையுள் குடங்கக் கனன்ற
உடற் சூடும்
உறங்கிப்போகிறேன்

மறுநாள்
பள்ளி அரைநாளில் விடுமுறை

வீடு திரும்பு வழியில்
கொத்தி ஆலடிச்சுடலை வெளி நிறைய
வெள்ளக்காடு
முழந்தாள் தாண்டி
அரைக்களிசான் விளிம்பெல்லாம் ஈரம்
நீர் விளையாடி நேரங்கழித்து வீட்டினுள்
நுழைகிறேன்

முதுகில் உறைக்கிறது
அப்பா தந்த பூவரசம் பழம்

நினைவிடை இன்றும்
நான்
நனைய

3.

மறு மழை
மூன்று நாட்கள் அடை மழை

மேட்டுக்குடி ஒழுங்கையில் நீரோடி
வெள்ளவாய்க்கால் ஆதல் இழுக்கென்று
கல்வீட்டார் அணையிட்டு அடைக்க
நீரில் நிறைந்து கிடக்கிறது
வளவு

தலைவாசல் படி தாண்டி உள் நுழைய
ஒரு விரலிடை இருக்கையிலே
மழை ஓய
அடுப்பில் உலையேற்றி
அரிசி வாங்கி வர ஓடுகிறாள்
அம்மா

வாசல்படியிருந்து கப்பல்கள் மிதக்கவிட்டு
களிப்புற்றிருக்கிறோம்
நாங்கள்

மறுபாட்டம் சொரிகிறது
வானம்

அம்மாவும் இல்லாத் தனிமை
நீரெழுந்து படிதாண்டி உள் நுழைய
ஊர் திரண்டு அணைவெட்டி
சிறை மீட்க
பதிகிறது நெஞ்சில்

4.

ஊழி தொடங்கி ஊரெரிந்த போதில்
பொழிந்தது
மூன்றாம் மழை

தீயின் விழுதுகளுள் விலகி
'பெடியளுக்கு' மண்ணெண்ணை தேடி
வெள்ளாங்குளம் போவதாய்ப் போக்குக்காட்டிவிட்டு
சங்குப்பிட்டித் துறையில் படகிற்கு
காத்திருக்கிறேன்

பெருவெளி
நடுநிசி
மனிதர் வரிசை துறையின் திசை நீள
துவக்கோடு அலையும் 'பெடியள்'

உயரக்காற்றில் எழுகிறது
'ஹெலி'யொலி
கிலியில் உறைகிறது குருதி

திடீரென
வானம் கருக்கொண்டு பெருந்துளிகள் சொரிய
குலைகிறது மனிதர் ஒழுங்கு

ஒதுங்க நிழலற்று உடல் விறைத்து
தெப்பமாய் நனைந்திருக்கிறேன்

ஒரு மணி கழிய
வானில் பூக்கிறது வெள்ளி
வயிற்றில் பூக்கிறது பசி

பிரிவின் துயரொடு
காதற் துணைவி கண்ணீர் கலந்து
கட்டிய சோற்றில் கையை நுழைக்கிறேன்

மழை நீர் கலந்து
நெக்குருகிக் கிடக்கிறது சோறு

கூடவே மனசும்

4.

பால்யத்து
மழை நாட்கள்
பெய்யெனப் பெய்கிறது

இன்றும்

✦ ✦ ✦

கவித்திருப்பு

என்னுள்
ஒரு கவிதை கண்ணாமூச்சியாடுகிறது.

அடிக்கடி தோன்றுவதும்
விரிந்து படர்வதும்
ஆறஅமர இருந்து
பேனாவைக் கையிலெடுக்க ஓடி ஒளிவதுமாய்
அந்தரிக்க வைக்கிறது

அலுவலில் இருக்கும் போதில்
சன நெருக்கடியில்
பிரயாணிக்கையில்
வேலைத் தலக் கடமையிடை
உணவருந்துகையில்
அல்லது
நண்பர்களோடு உரையாடுகையில்
திடீரெனத் தோன்றி
என்னைப் பிடி பார்க்கலாம்
என
சவால் விடுக்கிறது

இன்று காலை
தொழிலகக் கடமையிடை
மெல்ல நுழைந்து முழுவதுமாய் வியாபித்து
சொற்களின் கட்டுமானத்தில் எழுந்து
ஆடிய கூத்தில் எனையிழந்து
பின்
பவ்வியமாய் மெல்லப் பதுங்கியிருந்து
பிடிக்க எத்தனிக்க
எப்படியோ
இன்றும் எனை ஏமாற்றிவிட்டது

எசமானன்
திட்டிவிட்டுப் போனதுதான் மிச்சம்

எப்படியும் அதைப் பிடித்துவிட
உள்ளம் அவாவுகிறது
எப்படிப் பிடிப்பது?
ஓர் எழுத்துக்கூட ஊனமின்றி

காத்திருக்கிறேன்

✦ ✦ ✦

யாரொடு நோவேன்?

எப்படி இசைப்பேன்
என் தேசத்தின் பாடலை?

அந்த மண்ணின் ஓவியத்தை
எங்ஙனம் வரைவேன்?

நச்சுக் கொடியென நான்கு புறமும் கிளை பரப்பி
படர்ந்து கிடக்கும் படை முகாம்களை
எவ் வண்ணத்தால் தீட்டுவேன்?

காணும் இடமெல்லாம் நீக்கமற நிறைந்து கிடக்கிறது
முட்கம்பி வேலிகள்

இடையிடையே மண்மூடை அடுக்கிய
காவலரண்கள்

நடுவே
நிறுத்திவைக்கப்பட்ட துப்பாக்கிகள்
அதில் கொழுவி விடப்பட்ட மீசை கறுக்காத
இராணுவச் சிப்பாய்கள்

அவர்கள் முகங்களில் அப்பியிருக்கும்
தூக்கக் கலக்கம்
கொலை வெறி
மரண பயம்
இவற்றையெல்லாம்
எந்த வண்ணத்தால் பூசுவேன்?

பிடுங்கி எறியப்பட்ட படைமுகாம்களின்
அடியில் எல்லாம் புதைகுழிகள்
அதில்
தோண்டத் தொடரும் எலும்புக்கூடுகள்

எலும்புக்கூடுகளின்
நிணத்தோடும் தசையோடும் அழிந்துபோன நிஜங்கள்
நிஜங்களில் இருந்தது
வாழ்வு பற்றிய கனவு

ஒருத்தி பள்ளிக்குப் போனாள்
இன்னொருத்தி பார்த்து வரப் போனாள்
வேறொருவன் சந்தைக்குப் போனான்
போனவர் போனவர்தான்

இவர்களின் உருக்களை
எங்ஙனம் வரைவேன்?

வெள்ளரச இலைகளுக்கு
இரத்த வண்ணம் தீட்டி
அதன் கீழ்
புத்தனுக்கு எலும்புக்கூடுகளால்
பீடம் அமைப்பேன்

அவன் முகத்துச் சாந்தத்தை
அழித்து
அகோரத்தை எழுதுவேன்
என் தேசத்தில் புத்தனுக்கு அஃதே அழகு

புத்த பிட்சுகளின் மழித்த மண்டைமேல்
தலைக்கவசம் சூட்டி
கைகளில் கொலைக் கருவிகளை வரைவேன்

முடிவாய்க் கூறுங்கள்:

என் மண்ணைச் சபித்து
யுத்தத்தைத் துப்பிய முனிவன் யார்?
அவன் முகத்தின் அவலத்தை
எங்ஙனம் சித்திரிப்பது?

✦✦✦

மூன்று: பு

(புலவன் – புரவலன் – புகழ்)

அதோ!
அந்தப் பேனாமுள்ளை முறித்து வீசு
அவன் குரல் வளையை நெரி
எல்லை போடு
வெளியே நிற்பவனை மிதி
துவம்சம் செய்
நீ உள்ளே வா
முதுகு சொறி
என் உள்ளம் சுகிக்கும் வரையில்

விழா:
என் கன்னக்கோலுக்கு பத்தாண்டு விழா
இல்லை இருபதாண்டு; இதுவும்
போதாது; முப்பதாண்டு.
ஆமாம் முப்பதாண்டு
இப்போதைக்கிருக்கட்டும்
ஏய் புலவா
என் ஆஸ்தானப் புலவா
பாடு; புகழ் பாடு; எட்டுத்திக்கும் ஒலிக்கப் பாடு

பாடல்:
நாங்கள் பெருமை கொள்வோம்
கல் தோன்றி மண் தோன்றாக் காலத்து
முன் தோன்றிய குடிகளென்பதில்
நாங்கள்
பெருமை கொள்வோம்
இன்னும்
ஒலிவாங்கியில் தொங்கும் போதில்
பதவிக் கதிரையுள் புதையும் போதில்
மலர்மாலைக்குள் தலை நுழைக்கும் போதில்
விளம்பரத்தாள்களில் முகம் பார்க்கும் போதில்

வெற்றுத்தாளில் கையொப்பமிட்ட ஜே.ஆர். காலத்து
                              மந்திரிபோல
விருதுக்குக் கைகட்டிச் சேவகம் செய்யும் போதில்

நாங்கள்பெருமை கொள்வோம்
துருவ பூமியில்
தமிழ் வளர்வதாக

நிறுத்து!
என் செவிப்பறை நுழைந்தது அபசுரம்
எவன் குரல் இது?

என் குரலா?
பிடுங்கி எறி தூர

வெளியே வீழ்ந்த ஆத்மா சொன்னது:

காஞ்சோண்டிகளை அழி
பனங்கொட்டைகளை விதை

✦ ✦ ✦

வேள்வி

ஆடி மாதம்
புளியடி வைரவர் கோவில் வேள்வி

முன் வெள்ளி
விளக்கு வைப்பு

பந்தற்கால் நாட்டி
ஆயத்தங்கள் அமளியாய் நடக்கும்

ஆண்டு முழுவதும் காய்ந்து
துருவேறிக் கறுத்த சூலங்கள்
புதுப் பொலிவு பெறும்

பந்தல் முளைக்கும்
நாலு புறமும் வெள்ளை கட்டி
வேப்பிலை மாவிலை தோரணம் தொங்க
வெள்ளி மாலை தொடங்கும்
வேள்வி

இரவிரவாகச் சின்னமேளம்
இரட்டையர் குழுவின் இன்னிசை விருந்து
இடையிடைப் பறையொலி

உருக்கொண்டெழுவார் வைரவர் சாமி
நாக்கை நீட்டி
கடித்து
கண்களை உருட்டி
விளித்து
முரசு லயத்தில் கால்களை உதைத்து
ஆட்டம் நிகழும்

அருள் வாக்குச் சொல்லி
வேப்பிலை அடித்து
வீபூதி எறிந்து
சத்தியம் கேட்பான்

புதிதாய் எனக்குச் சூலம் வை!
மறுமுறை பெரிதாய்ப் பொங்கல் செய்!
வெள்ளி தோறும் விளக்கிடு!
ஆசீர்வதிப்பான்

சனிநாள் காலை
பெருமடை
பொங்கல்
படையல்
கடா அழைப்பு

மறைப்புக் கட்டி கைத்தீன் ஊட்டிய
ஆட்டுக் கடாக்கள்

இரவு முழுவதும் உண்ட களைப்பிலும்
பருக்கிய பனங்கள்ளின் மொய்ப்பிலும்
மாலை மரியாதைச் சுமையிலும்
அசைய
கடாக்கள் ஊர்வலமாகும்

வைரவசாமியின் அகோரம்
உச்சங் காணும்
கடாப் பலி நிகழும்

நாற்பது... எழுபது... நூறு... ஆயிரம்...
அதனைத் தாண்டி
வீழ்வதும் உண்டு

ஆட்டுப்பிரட்டல் கறியின் வாசனை
காற்றில் தூக்கும்
அன்று
ஊர்வெளியெங்கும் கலக்கும்

இன்றும்
அங்கு வேள்விகள் நிகழும்
நாற்பது; எழுபது; நூறு; ஆயிரம்.
அதனைத் தாண்டி
வீழ்வது உண்டு

சாமிக்கிப்போ ஆட்டுக்கடாக்களில்
நாட்டங் கிடையா.

✦✦✦

'O'கனடா

வயிற்று வலி; பிரசவ வேதனை
அடி வயிற்றைப் பிடித்தபடி முனகித் துடிக்கிறது
என் பேனா

பல நாளாய்
என் உணர்வுகளோடு ஊடி
கலவிகொண்டு கருத்தரித்த நிறைமாதக் கர்ப்பிணி
திடீரென நோக்காடு கண்டு விரைந்தது
பிரசவ விடுதிநோக்கி

விடுதியெங்கும் கந்தக நெடி
சூழவும் முனகல்கள்
ஒப்பாரி
இடையிடையே வீர முழக்கங்கள்

உள்ளே
ஒரு படுக்கையைச் சூழவும்
உடன் மீன்; இறால்; நண்டு; இறக்குமதிப் பட்டு
மலிவு விலை மளிகைப் பட்டியல்
இதன் நடுவே கணக்குப் பார்த்தபடி
பாவம் பிணியாளி

மறு கட்டிலில்
நிணமும் சதையுமாய் ஒரே நாற்றம்
துருவேறிய துப்பாக்கிகளையும்
வீழ்ந்து நொருங்கிய விமானச் சிதறல்களையும்
கோணி உறைக்குள்
தலையணையாக்கி சாய்ந்தபடி
நினைந்து நினைந்து நெஞ்சம் புலம்பும்
பிறிதொன்று

அப்பால்
அழுகிச் சீழொழுக அதைச் சொறிந்து சொறிந்து
சுகித்திருக்கும்
வேறொன்று

அருவருக்க
நாற்றம் வயிற்றைக் குமட்ட
வெளிப்போந்து ஓடியதென் பேனா

திடீர்ப்பிரசவம் சுகப்பிரசவம்
கட்டாந் தரையெங்கும்
என் கவிதைக் குஞ்சுகள்

✦ ✦ ✦

தலைப்பிடப்படாத கவிதை

தயாராயிருக்கிறேன்
ஒரு கவிதையாய் விரிய

சிறகை அகல விரித்து
இறகுகளில் அதிர்வூட்டி
காற்றைக் கிழித்துச் சிறகசைத்த
நேற்றைய வானில் மீள உன்னியெழுந்து
சிறகசைக்க முனைகிறேன்

இலையுதிர்ந்தாலும்
உயிர் மூச்சை வேரின் அடியுள் ஆழப்பதுக்கி
மீளத் துளிர்க்கும் சிறு தோப்பாய்
ஒருதுளி விந்தின் வீரியத்துடன்

ஒன்றே வானம்; பூமியும் அஃதே
இடையிரவில் எப்படி நிகழ்ந்தது
ஒரு யுகத்தின் மாற்றம்?

எதுவும் இயல்பாய் இல்லை
புயலாய் எழுகிறது
உருவழிந்த மனிதத்தின் இறுதி மூச்சு

சூல்கொண்டு கொதிக்கிறது
யுத்தம்
உலகச் சந்துகள் அடங்கிலும்

காற்றை ஆழ உள்வாங்கி
பெருமூச்சாய் விடவும் முடியவில்லை
நஞ்சில் வெந்துபோகிறது இதயம்

என் குரல்வளையை
எப்போதும் தழுவிக் கிடக்கிறது
துப்பாக்கியின் விரல்கள்
எக்கணம் பிடியிறுகும் எனச் சொல்வதற்கில்லை

விரல்கள் நெருடும் உறுத்தலிடையிலும்
கல்லடிபட்ட மாவின் பூக்களாய்
விரவிப் பூக்கிறேன்

வினாடிக்கு
இலட்சமாய்ப் பிறக்கின்ற குழந்தைகளின்
முதல் மூச்சிலும்
மழலைக் குரலிலும்
உயர்த்தியிசைக்க விழைகிறேன்

போதும் எனக்கு
ஒரு துளி ஒளியும்
அதில் எழும் வெப்பமும்

✦✦✦

வடலி வதை படலம்

நொண்டிச் சூரியனை இழுத்துவந்து சிறையிலடையுங்கள்.
வெண்நிலவுக்கும்
சில்லறைக் கடை விரித்த நட்சத்திரங்களுக்கும்
கதவடைப்புச் செய்யுங்கள்.
வானவீதிக்குத் தடைகள் போட்டு
முகிற் கூட்டங்களையெல்லாம் முடக்கிவையுங்கள்

என் மண்ணில் வீழ்த்தப்படும் பாலருக்காய்
நான் பாட
பிரபஞ்சம் ஒரு கணம் நிசப்தப்படட்டும்

செவிட்டுத் துவக்குகளே!
இத்துளிப் பொழுதமைதியைக் கிழித்து
உனக்கெதிராய்ப் போர் பிரகடனஞ் செய்வேன்

நீவிர் பட்டுக் கட்டி பகட்டாடி வர
பாலகர் உயிர்கள்
பட்டுப் பூச்சிக் கூட்டுப் புழுவல்ல.

நாளை சோளகத்தில் ஆடி
சூரியனோடு சன்னதம் செய்யும்
வைரப்பனைகளின் சின்ன வடலிகள்

வியர்வை நெடிச் சேலைத் தலைப்பில்
முடிந்து
பெருத்த கற்பனை முட்டைகளில்
சூல்கொண்ட குருவிக் குஞ்சுகள்

ஊர்மனை ஒழுங்கை எல்லாம்
காக்கி கட்டி காற்றாடி வருவீர்
கல்லறையைக் கோவிலென்று வணங்கிக் காட்டுவீர்

வீரன்
அல்லது துரோகி என்று மகுடம் கட்டி
உயிரை மெல்ல உறிஞ்சிக் குடிப்பீர்
எல்லாம் இனிதாய் நிகழும்
சடங்கைப்போல

வாழ்வின் இருத்தலையறியா மழலைகள்
இவர்கள்
மரணமே இலக்கென்று காற்றிலே கரைவர்

செவிட்டுத் துவக்குகளே
மனிதப் பிஞ்சுகளில் மரணத்தை இறையாதே
நாளை எழும்
உனக்கெதிராய்ப் புதிய பரிணாமம்

அதுவரையில்
தொடரும்
என் போர்ப்பிரகடனம்

✦ ✦ ✦

கண்ணீர் கசியும் நிலவு

நான் மரணத்துள் வீழ்ந்தேன்
சில மணித் துளிகளுக்கு
முன்

உடற்சூடு
இன்னமும் தணிந்திடவில்லை

எப்படி முகர்ந்தோ
சூழ்ந்து கொண்டன பிணந்தின்னிப் பிராணிகள்

தலையாரி ஓநாய் தலை மீதமர்ந்து
மண்டையைக் குடைகிறது

மற்றொரு நாய் மார்பைப் பிரித்து
இதயத்தை மெல்ல இழுத்துச் செல்கிறது

ஆண்குறி சுவைக்கும் கடுவன் பூனை
புரியாத புதிரென அங்கலாய்க்கிறது

காகங்கள் சில கால்களைக் கொத்தி இழுத்தபடியே
தன்னினத்தைக் கூவியழைக்கிறது

கழுகுகள்
மீதிக்காய் வட்டமிடுகின்றன

கூட்டத்தின் மத்தியில்
உடல் புசித்த ஓநாய் பசியடங்க
தகவல் சொல்கிறது

ஊன் சுவைத்ததன் கடனாய்
இவனுக்கு நாங்கள் ஈய்வோம்
விருது
வானத்து மூலையில் இளநிலாத் துண்டொன்று
மெல்லக் கசிகிறது
கண்ணீர்

தெப்பமாய் நனைகிறது
ஆன்மா.

✦✦✦

எச்சம்

பகற்தூக்கம் உடற்கெடுதி
கனாக்கள் கூட பலிப்பதில்லை
மூதாதை காலத்து
ஐதீகமிது

நூதனசாலையாய் என் ஊர்
நுழைகிறேன்

ஊர் துடைத்து
ஊர்காத்த இயக்கம் துடைத்து
ஊடுருவிய ஆமி துடைத்து
போனவை போக
எஞ்சியவை காட்சிப் பொருட்களாய்

தேடுவாரற்ற அம்மிக்கல்,
வல்லுறவில் எஞ்சிய வளையல் துண்டுகள்,
விதவிதமான ரவைக் கோதுகள்,
தவறவிட்ட தலைக் கவசம்,
குருதிக் கறைச் சீருடை ஒன்று,
அதன்கீழ்
சிதிலமாய்ப் போன சுவரொட்டித்துண்டு,
அதில் மாவீரச்செய்தி:
தோற்றம்: 10–07–79.
வீரமரணம்: 08–10–90.

பால்குடி வயது

வெளியே கும்பல் கூட்டத்தில்
ஆண்ட பரம்பரைக் கோஷம்
தாயகக் கூப்பாடு

விழிப்பு வந்தது

வீட்டு வாசலில்
உண்டியலோடு இருவர்

✦✦✦

முல்லைத்தீவு

சதைக் குவியலாய்
சிதைந்து கிடக்கிறது
சூரியன்

வான வெளியெங்கும்
சிதறிக் கிடக்கிறது
இரத்தம்

இந்த அதிகாலைப் பொழுதில்
குண்டுப் பொதியுடன்
சூரியன் மீதில்
பாய்ந்த
பாலன் யார்

✦✦✦

இனி இன்னொரு தேசியன்

காத்திருந்த படி
இளவேனில் நாளொன்றில்
தொடங்கியது சடங்கு

பிரதானகுரு பிரசன்னமாக
எழுந்து
வணங்கி
பின் அமர்ந்து
அவர் உரை செவியில் வாங்கி
பின்னெழுந்து
வலக்கை உயர்த்தி
முதலில் அவர் மொழிய
அதையே நான் மொழிய
நிகழ்ந்தது
சடங்கு

2.

சூதாட்டச் சருக்கத்தில்
யுதிஷ்டன் வேடம்
எனக்கு

சகுனி பகடையை உருட்டினான்
உருண்டது
புத்தம் புது படைக்கலன்கள்
இரு புறமும்
படைகளை நகர்த்தி ஆடியது
அவன்
ஒவ்வொன்றாய் இழந்தது
நான்

வீடு
வளவு ஊர் உழைப்பு
உறவு சுற்றம் இனம்
நாடு

எல்லாம்

குளிருடை தரித்து
துருவம் புகுந்தேன்

3.

தலையில்
முள்முடி இறுக்கப்படுகிறது

எனக்காக
எனக்கு பின் எழுகின்ற
ஏழேழு தலைமுறைக்காக
என் தலையில் முள்முடி இறுக்கப்படுகிறது
இனியென்ன
என் மொழி; உழைப்பு; தனித்துவம்
எல்லாம் திருடப்படும்
என்வலி அறியாது

புதிது புகும்

4.

முந்நூறாண்டுகள்
உழுதோம்
எங்கள் நிலத்தை அவர்க்கு

இனியும் உழுவோம்
அவர்கள் நிலத்தை அவர்க்கே

5.
மீள மொழிகிறார்
குரு

இன்றிலிருந்து
இந்த நாட்டின்
சங்கைக்குரிய பிரஜைகள் நீவீர்
அருகில் உள்ளவருடன்
கைகுலுக்கி மகிழுங்கள்
கச்சிதமாய் முடிகிறது சடங்கு

களங்கட்டி பொறிக்குள் நுழைந்த மனிதன்
நான்
இதில்
சுகிக்க என்ன இருக்கிறது

✦✦✦

இச் சிறுதுளி எச்சத்துள்
உயிர்மூச்சை இறுகப் பிடித்தபடி
உறைந்திருக்கும்
பெரியதொரு காடு

இருப்பு

சிறு தொட்டி
சுவர் நான்கும் கண்ணாடி
நஞ்சு நீக்கி வடிகட்டி நிரப்பியநீர்
நீரிடை மிதக்கும் செயற்கைத் தாவரங்கள்
மட்டுப்படுத்தப்பட்ட மின் வெளிச்சம்
மின் சூடாக்கியின் கணகணப்பு
பதனிட்டுத் தயார்செய்யப்பட்ட உணவு
நேரம் தவறாத உபசரிப்பு
சொகுசுச் சிறைக்குள்ளிருந்து
தன் வாழ்வின் துயரைப் பாடுகிறது
மீன்குஞ்சு

பின்பனிக் காலம் 2001

யமன் திசை

மழை இரவு
இருள் பாதி
மழையின் ஈரம் மீதி
துளித்துளியாய்த் தூங்குகிறது
மரக்கிளைகளில்

இரவெல்லாம் மின்னல்; முழக்கம்
மழை
பெருங்காற்று
அச்சம் விரவக் கிடுகிடுத்த நடுக்கம்

மழை விட்ட காலை அசாத்திய அமைதி
முகில் துண்டால் ஈரம் உலர்த்திய
வானம்

வேலிக் கிளுவையிலே
சிறகை அகல விரித்து வெய்யில் காய்கிறது
மஞ்சள் குருவி
நாயொன்று
ஏதோ ஒன்றை இழுத்துச் செல்கிறது
காகங்கள் பின்தொடர

முற்றத்தரை எங்கும் புள்ளிகளைப் பரப்பி
ஒவ்வொன்றாய் அடைத்து
அவள் வரைந்த கோலம்
கலைத்து
இன்று மழை வரைந்த கோலம்
அலையலையாய்
புதிது

சூரியப் பெட்டை
நீர் சொட்டும் ஈரக் கூந்தலை அள்ளி முடிந்தபடி
புள்ளிகளை அடைக்கத் தொடங்குகிறாள்
புதியதொரு நாளுக்காய்

அன்றைய நாளில்தான்
ஊரிழந்து துயர் சுமந்து
விழி ஒழுக
காட்டுவழி நடந்தோம்

யமன் திசையில்

இன்னும் துளித்துளியாய்த் தூங்குகிறது
என் நரை மயிர்களில்
துயரில் பாதியும் நினைவில் மீதியும்

✦ ✦ ✦

இலையுதிர் காலம் 2001

செக்குமாடு

எழுப்பாதீர்கள்
இவன் சற்றுநேரம் உறங்கட்டும்

என்னிடம் ஒரு சாமரம் கொடுங்கள்
இவன் கண் வளர
காற்றை வரவழைப்பேன்

பெரியதொரு வீட்டுக்குச் சொந்தக்காரன்
இக் கட்டாந் தரையில்
காட்டுமிருகம் போல் வீழ்ந்து உறங்குகிறான்
எனத் துயரங்கொள்ளாதீர்கள்

இவனுக்காய் இரக்கப்படுங்கள்
தொந்தரவு செய்யாதீர்கள்

தினமும் மூன்றிடத்தில் வேலை:

உலகே போர்வைக்குள் குடங்குகிற
பின்னிரவில்
தெருவெல்லாம் அலைந்து செய்தித் தாள்களை
விநியோகித்தல்

பகல் முழுவதும் உணவு விடுதி
எண்ணெய்க் கொப்பறையில்
கோழியின் ஊளைச் சதையைப் பொரித்துக் குவித்தல்

கிடைத்ததை வயிற்றுக்குள் வீசிவிட்டு
இரவு இயந்திரங்களோடு
முழுநேர மாய்ச்சல்

ஓய்வுக்கு மணியடித்த சிறுதுளிப் பொழுதுள்
வீழ்ந்த இடத்தில் உறங்கிவிட்டான்

வீட்டில் உறங்க நேரம் இல்லை
இருந்தென்ன
பெரிய வீட்டிற்குச் சொந்தக்காரன்
இதுவொன்றே போதாதா
ஒரு மனிதனுக்கு

போர் துடைத்தெறிந்த
எங்களில் பலருக்கு இதுதானே
வாழ்வும் இருப்பும்

எழுப்பாதீர்கள்
இவன் சற்றுநேரம் உறங்கட்டும்

✦ ✦ ✦

முதுவேனில் 2001

நனைதல் வேண்டும்

மஞ்சள் சூரியன்

என் காதோரம் மின்னும் நரைகளின் மேலும்
காட்டோர மரங்களின் மேலும்
உருகி வழிகிறது பொன் வெய்யில்

வார்த்தைகள் அற்ற மௌனம்
டொன் ஆற்றிடை அலசும்
நீரின் சலசலப்பு

மனம் வசமிழந்து தொலைந்து
நெடுநேரமாயிற்று

இலையுதிர் காலத்து மரங்களில் நின்றும்
இறங்கும் ஒவ்வொரு இலையும்
அழகிய வண்ணத்துப் பூச்சிகள்
வண்ணத்துப் பூச்சிகளின் தொடுகையில்
பூரித்துப் போகிறேன்

காட்டிடையிருந்து காந்துகிறது
குருவி ஒன்றின் மந்திரக் கூவல்

எழுகிற குரலில்
ஒரு அகநானூற்றுப் பாடலில்
இழைகிற விரகம்

நெகிழ்கிறது மனம்
என் மூச்சுக் காற்றில்
இள வெப்பம்

சில்லிட்டு
தழுவிக் கடித்துச் செல்கிறது தென்றல்

மெல்ல இறங்குகிறது
மழையின் முதல் துமி
இப்போ
நான் நனைதல் வேண்டும்

மழையில்

✦✦✦

***இலையுதிர் காலம்* 2001**

நிலம்

கத்தரி வெயில்
வெயில் கழிந்தால்
தொடரும் விடலைச் சோளகம்
சோளகக் காற்றில் அடியுண்ட மாவின்
பிஞ்சுகள் சிதறிய முற்றம்
காலைக் கருக்கலில் எழுந்து
குளித்து
பூக்கொய்கிறாள் பாட்டி
முற்றத்துச் செவ்வரத்தையில்
மூலைப் பனையில்
வட்டிடுக்கிப் பதம்பார்த்து
பாளை கசக்கிச் சீவுகிற சத்தம்

நாவூறும்

காய்வெட்டிக் கள்ளு
வீறுகொண்டெழுப்பும்
தலை கிறுகிறுக்க

இப்பொழுதுங் கூட
பதம் பார்த்து
கசக்கி எடுத்துக் காக்கிக்குள் புகுத்தி
சீவுகிறார்கள்

சின்னப்பொடியள் குருதியில்
வீறுகொண்டெழுகிறது
வீரம்

செவ்வரத்தம் பூக்கொண்டு
வயிரவர் சூலத்தைச் சுற்றிய
பாட்டி
இப்பொழுதும் சுற்றுகிறாள்
பைத்தியமாய்;

பேரப்பிள்ளையின் கல்லறையில்

✦✦✦

கோடை 2002

வெப்பியாரம்

நீண்ட உறைதலுக்குப் பின்
இன்றைய காற்றில் சிறிது வெப்பமிருந்தது
சிறகை விரித்து இறகுகளை அலகால் கோதி
வெயிலில்
உலர்த்திக்கொண்டிருக்கிறது
இன்றைய நாள்

திரை விலக்கி சன்னலைத் திறந்தேன்

ருதுகாலம்
மகரந்தக் காற்றால் நிறைகிறது
நெஞ்சறை

கிடைத்த துளிவெப்பப் பொழுதில்
புணர்ந்துவிடத் துடிக்கின்ற அவசரம்
இலைவிரிக்கு முன்னாலே
மொட்டவிழ்த்து
இதழ் விரித்துக் காத்திருக்கு
மரஞ்செடிகள்

வண்ணத்துப் பூச்சிகளுக்கும் தேனீக்களுக்கும்
ஓய்ச்சலில்லாத அலைச்சல்

மரக்கிளையிருந்து
பேடைக்குக் குரல்கொடுத்து
மையலுக்கழைக்கிறது
சின்னக் குருவி
அவசரஅவசரமாக வந்து இறங்குகின்றன
பரதேசம் சென்றிருந்த
பறவைகளும் மற்றவையும்

எனக்குள்ளும்
பொறி கிளர்ந்து பற்றி எரிகிறது
என்தேசம் மீண்டு திரும்புகிற
ஆவல்

புயலெங்கே சூல் கொள்ளும்
எத்திசையில் நகரும்
எவர் குருதி மண்ணுறையும்
என்பதறியா மானுடன் நான்

அடிவயிற்றிருந்து ஆழப் பறிகிறது
வெப்பியாரம்

✦ ✦ ✦

இளவேனில் 2002

துணை

இந்த வேடிக்கை தொடங்கி
இரண்டு நாட்கள்தான் ஆகிறது
முதன்நாள் காலை

'தக்கத் திமிக்கிட' என்றொரு கவிதை
தாளம் மீட்டித் தத்தித் திரிய
குந்தியிருந்து குறித்துக் கொள்ள எண்ணியபடியே
பல்கனி ஓரம்
மெல்ல
ஒதுங்கிய போதில்
தற்செயலாக வீழ்ந்தது கண்ணில்

செரி மரக்கிளைகளில் அங்கும் இங்கும்
தாவிய படியே இருந்தன
இரண்டும்

தொலைந்த பொருளொன்றைத் தேடுதல்
அன்றில்
இழந்த சோகத்தில் மாளுதல்
கூடும் என்றுணர்ந்தேன்

நேற்றுக் காலை
நேரத்தோடு வந்தன மீள

மெல்ல
மிக மிக ஆறுதலாக
தாவும் ஒவ்வொரு கொம்பரிலும்
ஓய்ந்து இளைப்பாறி
இணையின்
அலகொடு அலகையிணைத்து
கோதிப்பிணைந்து
காதல்பேசி
மாலை வரையிலும் மகிழ்வோடிருந்தன

இன்று காலை
குதூகலக் கூச்சலில் குலைந்ததென்
தூக்கம்

அடிக்கடி போவதும்
மீள்வதுமாக
புல்லுக் கீற்றை ஒவ்வொன்றாக
மூக்கில் சுமந்து கொணர்ந்து
சமைக்கத் தொடங்கிற்று

வல்லன பரப்பி
இடையிடை இடையினம் சொருகி
உள்ளே மெல்லன தூவ
நேர்த்தியாய் இழைந்தது கூடு
கைதேர் தச்சனின் லாவகந் தோற்க

எத்தகை நுணுக்கம்
இத்தகை நுட்ப அனுபவம் வாய்க்க
எத்தனை காலத் தலைமுறை நீட்சி

இப்பொழுதெனக்கு
இனிதாயிருக்கிறது
பறவைகளோடு காலங்கழிப்பது

✦✦✦

***இளவேனில்* 2001**

பனிக்கூத்து

மயான வெளி
பனி விரித்த பாயில்
துயில்கிறது
பௌர்ணமி நாளின் முன்னிரவு

மயானத்தின் பின்புறம்
கீழ் வானத் தொடுவிளிம்பில்
கடல் கொணர்ந்து எறிந்துவிட்டுப் போன
பிணம்
உடல் உப்பிப் பருத்து
எற்றுண்டு கிடக்கிறது
நிலவென்ற பெயரில்
நிலாப்பிணத்திருந்து
சதை அழுகிவழியத் தொடங்குகிறது
நல்ல பால் போல
ஊன்

கண்களை மூடித் திறக்கிறேன்
இலை சொரிந்து நிமிர்ந்த மரங்கள்
எலும்புக்கூடுகளாக
பிணத்தின் மீது கெலியுற்று
கைகளை உயர்த்தி அசைத்து
அங்கலாய்த்து
பிணத்தின் ஊனை அளைந்து
அள்ளிப் பருகப்பருக
உச்சம் கொள்கிறது போதை

காற்று மெல்லெழுந்து
குழலெடுத்தொலிக்கிறது

தொடங்கிற்று
எலும்புக்கூடுகளின் கூத்து

திருமாவளவன் கவித்தொகை

ஊழியோவென ஐயுறு வண்ணம்
உக்கிர தாண்டவம்

அன்று மின்கம்பத்தில்
உயிரைப் பறிகொடுத்தது பறித்தது
இரண்டும் கட்டிப்பிடித்துக் களிகொண்டாடுகிறது
வல்லுறவில் மாண்டது வல்லுறவு
செய்தவன் கன்னத்தில் மாறிமாறி முத்தமிடுகிறது

கூத்தின் உச்சத்தில்
போதையேறிய
சின்னஞ் சிறிய பாலன் கூடுகள்
அறியாப் பருவத்தில் வீழத்தப்பட்டோமெனக்
கண்ணீர் வடிக்கின்றன

வெள்ளி முளைக்க மெல்ல இறங்குகிறது
பனித்திரை

காலையிலே
வானத்தின் மறுபுறத்து மூலையிலே
எலும்புக் கூடாய்க் கிடக்கிறது
நிலவு

✦ ✦ ✦

முன்பனிக் காலம் 2001

உலராத கண்ணீர்

கொடும் இரவு
நினைத்துப் பார்க்கவே நெஞ்சம் விம்முகிறது

வான்புறத்து மூலைத் திண்ணையில்
கேவிக்கேவி அழுதபடி
நிலவு

நாலாதிசையடங்கிலும்
காற்றினால் அள்ளுண்டு அலைகிறது
நிலவின் கூந்தல்

இடையிடையே புள்ளிகளாக மின்னுகிறது
நொருங்கிச் சிதறிய
கண்ணாடி வளையல் துண்டுகள்

சுட்டுக் கொல்லப்பட்ட இணையின்
பிணத்தருகில் தனித்திருப்பது போலும்
அச்சமும் துயரும் கௌவ
நிலவுக்குத் துணையாய் இருக்கிறேன்

துக்கம் முட்டி நெஞ்சு கரைந்து
கண்ணீர் வடிக்கிறது நிலவு

எப்போதெனத் தெரியவில்லை
நாய்களின் குரைப்புக்கிடையே
தூக்கவிலங்கு
என்னை நக்கிக் கௌவி இழுத்துச் சென்று
விழுங்கிற்று

காலை எழுகையில்
அட்டகாசச் சூரியன்
புல்லின் நுனியெல்லாம் வழிகிறது
நிலவழுத கண்ணீரில் மீதி

ஈரம் இன்னும் உலரவில்லை

அந்தக் கணத்தில்தான் துயரென இறங்கிற்று
அவலச் செய்தி

உப்பங்கழி ஈச்சம் புதர்களினிடையே
அனாதரவாய்க் கிடக்கிறது

அவளது பிணம்

✦ ✦ ✦

இலையுதிர் காலம் 2001

ஒரு புகலிடத்துப் பட்டியல்

கவுணாவத்தை, காட்டுவைரவர் முதலாய
சிறு தெய்வங்கள்
இன்னும் ஊர் எல்லையில் காவலிருக்க
மீதி பெரும் கடவுளர் எல்லோரும்
புலம்பெயர்ந்து
கோவில் கொண்டாயிற்று

ஊருக்குத் தலா மூன்று
என்ற அடிப்படையில்
சங்கங்கள் முந்நூறைத் தாண்டிற்று

பத்திரிகைகள் சமூகத்தின் கண்ணாடி
என்பதில்
தமிழர்க்கு கண்ணாடிகள் பதினாறுக்கு மேல்

தகவல் சொல்ல – வழிகாட்டவென
தனி 'வழி காட்டிகள்' சில
சிறுபத்திரிகை – இலக்கியங்கள் கூட
ஆளாளுக்குத் தனித்தனி வட்டமும் இயக்கமும்

தனிச்சங்கம் கண்டதில்
நாடகம் இங்கு உச்ச வளர்ச்சியெனப்
பாரிய விளம்பரங்கள்

இருபத்து நான்கு மணியும் தமிழ் வானொலி
ஒன்றல்ல – பதினொன்று

இப்போ புதிதாக
முழுநேரத் தொலைக்காட்சிச் சேவைகள்
மூன்று

இருந்தென்ன?

அடுக்குமாடிக் கட்டடத்தின்
பதினாறாம் மாடிப் பல்கனிக்கு நேரே கீழே
தரையில் தலை சிதறுண்டு கிடக்கிறது
அவளது உடல்

இவள்
தற்கொலை அல்லது கொலை செய்யப்பட்ட
நூற்று முப்பத்தேழாவது
தமிழ்ப்பெண்

✦ ✦ ✦

இளவேனில் 2001

மரணம்

எரிக்கிற வெயில்

அனல் சொரியும் வானும்
புள்ளிறகுகள் பொசுங்கும் நாற்றமுமாய்
கொடும் நாள்
முடக்கப்பட்டிருந்தது காற்று
கடல் ஒரு துளியுமின்றி
வற்றிவிட்டதென்கிறார்கள்

அன்றய நாளில்தான் இழந்தோம்
நண்பனை

எங்களிடையே
ஆதிகாலப் பெரு விலங்கொன்றின்
தடம்போல
ஏப்பம் விட்டுப் படுத்திருக்கிறது
மரணம்
அச்சமும் ரணமும் கவிந்த முகங்களுடன்
கையிழந்தவர்களாக
கண்கள் வழிய
குரல் விம்மிக் கரைகிறோம்

நம்பிக்கை இழந்தபோது துயரங் கப்ப
விதியை வைய்தோம்
ஒரு கடைக்கண் வீச்சை எறிந்துவிட்டு
அசைய மறுத்துக் கிடக்கிறது
மிருகம்

அவனின் பிசிரற்ற குரலில்
ஒரு துண்டு

என் செவியின் ஓரத்தில்
இன்னும் ரீங்காரிக்கிறது

மரண விலங்கின் எக்காளத்தினின்றும்
அதைப்பிடுங்கி
பொத்திப் பாதுகாக்க அவாவுகிறது
மனம்

நீண்ட இலையுதிர் காலத்தின் பின்
எழும் புதுவேனில் நாளில்
அதைக் குருவிகளிடம் கொடுப்பேன்

அவைகள் இசைக்கட்டும்
அவன் குரலில்
ஒரு புதிய பாடலை

✦ ✦ ✦

கோடை 2001

தூக்கணாங்குருவிக் கூடு

ஏழு கடல்தாண்டி
ஐந்து நிலங்கடந்து
பனி நிலக் குடிலில் இடம் பிடித்திருக்கிறது
தூக்கணாங்குருவிக் கூடு

ஊரிலிருந்து நண்பன் அனுப்பிவைத்த
நினைவுப் பரிசு

சாளர வழி காற்றூதும்; கூடு
அசையும்
போரில் அவியும் என் தேசத்து
நினைவதிரும்

ஒரு கூடு முடைய
குருவி
எத்தனை நாள் முயன்றிருக்கும்

நிழல் தேடி
நான் சொல் தேடும் வகையில்
புல்லிதழ் தேடி
பெத்தாச்சி விரலசைவில் இழைகின்ற
கொட்டப் பெட்டியொன்றின் சூட்சுமங்கள்
பொருத்தி
தலைநீட்டிக் காத்திருக்க தலைவாயில்
தந்திரமாய்த் தப்பிவிட மறுவாயில்
குஞ்சுகட்குப் பஞ்சு மடி
தாலாட்டி உறங்க வைக்க நீளக்கயிறென்று
வியர்வையிலே குளித்திருக்கும்

இச் சிறுகாற்றில் கூடசையும் போதில்
செவியில் அதிர்கிறது
கூடிழந்த குருவிகளின் ஒப்பாரி

எனது நிலம்
பாட்டன் சமைத்த குடில்
எனக்குப் பின் மகளுக்கு
அதற்குப் பின்
அவள் மழலைக்கென எழுந்த
உன் நீளக் கனவெல்லாம் குலைந்து
ஒற்றை நாளில்
துரத்துண்டு
விம்மலையும் விசும்பலையும்
மொட்டாக்குச் சேலைக்குள் பொத்தி
காட்டுவழி நடந்த துயர்
கூடசையும் பொழுதிலெல்லாம்
நினைவில் அறைகிறது நண்பா!

நெஞ்சங் குமுறுகிறது

இன்று
இக் கூதல்தேசக் குளிரில்
எஞ்சியிருக்கிறது கூடுகள் மட்டுமே

அலைகிறோம்
தேசத்து வெளியெங்கும்
கூடிழந்து
குருவிகளும் நானும்

✦✦✦

இளவேனில் 2001

கூதல் தேசக் கறவை

உறைபனி
உயிர்ப்பை வேருள் பதுக்கி
ஆசையெழக் காத்திருக்கும் புற்கள்
நிலம் உலர
குறி உயர்த்திப் பூப்பூக்கும்

எனக்கு
உறைதலுமின்றி உலர்தலுமின்றி
உருகல் நிலை சொதசொதப்பு
செக்குமாட்டுச் சீவியம்

நாள்கோள் விசும்பு
காற்று மழை கூத்து கும்மாளம்
காதல்; கலவி; கூடல் குண்டுவெடிப்பு
கொலை
குழந்தையின் அழுகுரல்
குருதி
குருதியின் வெடில்
போர்
போரின் எதிர்க்குரல்
குரலுக்கு எதிர்க்குரல்
சாவு
சாவின் துயர்
துயர் மீட்டும் ஒப்பாரி

எதையும்
இயல்பென எண்ண மறுக்கிறது
மனது

பேரிரைச்சலுடன் உருளும் உலகில்
எந்திரமாய் உழல்கிறேன்
காதலி பதித்த முத்தங்கூட
உலர்ந்து கிடக்கிறது

இக் கவிதையில்
ஒருதுளி உயிர்ப்பை ஒட்டிவைக்க
முயன்று தோற்றுப் போகிறேன்

கனிந்தொழுகும் தாலாட்டில்
இழைக் கீற்றாய்
குஞ்சிழந்த குருவியின் பிசிறல்
பாலகர் மரணத்தைக்
கூவி விற்பதில் குறித்திருக்கிறது
வானொலி அறிவிப்பாளனின்
இருப்பு

நகரும் கடிகாரமுள்ளின்
ஒவ்வொரு அதிர்வும்
டொலர் பெறுமானத்தில்

மோதிச் சிதைந்து
மனிதப் பிண்டமாய் குவிந்து கிடக்கிறேன்

வீடு; வேலை; சுரங்க ரயிலில் ஓட்டம்;
அலைகிற வாழ்வு

வைக்கோல் திணித்து இணக்கிய
பொம்மைக் குட்டியென
எப்போதும்
என்முன்னால் மிதந்து செல்கிறது
ஒரு பெரும் கனவு

நக்கி இரங்கி
சுரக்கிறேன் டொலரில்.

✦ ✦ ✦

பின்பனிக் காலம் 2001

துடிக்கிற சிறு சுடர்

ஒன்று:
குத்திட்டு நிமிர்ந்த
இரு மலை முகடுகள்
மலைகளுக்கிடையியே
வானத்தின் மேல் வட்ட வெண்நிலவு

இரண்டு:
கனத்த கார்மேகம்;
மேகத்திருள்ளிருந்து இறங்குகிறது
நீள மழைக்கால் கூந்தல்
மறுபுறம்
அடிவான முகிலின்மேல்
அந்திச் சிவப்பு

மூன்று:
வெட்டி நிமிர்கிற கொடி மின்னல்
மின்னல் நுனியில்
பிறை நுதல்

நான்கு:
கார்த்திகை முகம்
அதில்
கண்சிமிட்டும் இரு நட்சத்திரங்கள்

ஐந்து:
ஏழாம் திணை உலகு
முகமற்றஅருவப் பொறிவலையம்
அதில்
மனதை எரிக்கின்ற கற்பனைச் சூரியன்

இப்படி நீள்கிறது
என் பட்டியல்

இருந்தும்
இன்றுவரையிலும் துணையாய் எரிவது
என் சிறு குடிசைக் கைவிளக்கின்
மேல் துடிக்கிற
சிறு சுடர் ஒன்றே

✦✦✦

இலையுதிர் காலம் 2001

அன்னியன்

மாசிக்குளிர்
பூச்சியத்திற்கு முன் பின்னாய்
போதையிலே தள்ளாடி நடக்கிறது
வெப்பநிலை

சோளகக் காற்றும்
சொரிகிற வேப்பம் பூக்களும்
நனவிடை
இன்னும்

காலம் சிறந்ததொரு கண்கட்டு வித்தைக்காரன்;
மழை நீரைப் பூவாக்கி
விசிறி எறிகிறான்

பனி குளித்துத் தளிர் சிலிர்த்து நிற்கிறது
தேவதரு

இலையுதிர்த்திக் கிளைநீட்டி விறைத்திருக்கு
மற்றவைகள்

வெள்ளைத் தொடைகள் பளீச்சென்றடிக்க
தலைசிலுப்பி நடக்கிறாள்
பள்ளிக்குமரி
வெண்பனித் திவலைகளை உருட்டித்திரட்டி
பனிமனிதன் செய்வதில்
முனைப்பாயிருக்கிறான் சிறுவன்

போர் கடாசிவிட்ட
உலர்வலயத்து மனிதன் நான்

சூடாய் கதகதப்புத் தேடி
கோப்பிச் சாலையுள் நுழைந்து
ஆவிபறக்கும் கோப்பியில் ஒரு மிடறு
உறிஞ்சி
கண்ணாடிவழி விரியும் காட்சியில்
லயித்து
விறைத்திருக்கிறேன்

✦ ✦ ✦

பின்பனிக் காலம் 2000

பிந்துனுவெவ

இருள் உருகி ஒளி பாயவில்லை
செக்கர் படர்ந்த வானம்
உயர எழுந்த சுவர்களிடை
நாங்கள்
நாற்பத்தொரு பேர்

தூக்கம் மறுத்து புரளும் ஒலியும்
நெடு மூச்சும்
சுவர்களில் மோதி எழ
அந்தகார அமைதியும் அழிகிறது

வெறிகொண்டலையும் விலங்குகள் உலகில்
எதுவும் நிகழலாம்
எல்லாம் சாத்தியம்

நிச்சயிக்கப்பட்டது மரணம்
யமன்
எருமைக் கடாவேறி கயிறு வீசுவான்
எனச் சொல்வதற்கில்லை

துவக்கினால் சுட்டு வீழ்த்தவும்
இதயம்
புத்தன் காலடியில் படையலாய்த் துடிக்கவும்
பண்டாரவளை வாழைத்தோட்டத்து
குலைகள் நினைவெழு முன்னர்
தலைகள் சீவப்படவும்
சித்தமுண்டு

கற்களும் பொல்லும் போதுமே
அவர்க்கு
சிறைக்குள் அவியும் மனிதரைக் கொல்ல
வேறென்ன வேண்டும்

'வெறி கனிந்த காலம்'

அவனவன்
குளிருக்காய் மூட்டிய தீயின் கங்குகள்
கனன்று எரிகிறதே
இன்று
மேலும் காரணம் வேண்டுமா?

'நாங்கள் தமிழர்'
இதுவொன்றே போதும்

வேறென்ன,
பேனாக்களுக்கு மை நிரப்புங்கள்
ஒலிபரப்பி முன்
குரல்களை தயார் படுத்துங்கள்
உங்கள் மடிகள் நிறையட்டும்

நாங்கள் போய்வருகிறோம்!

✦ ✦ ✦

முன்பனிக் காலம் 2001

கடல்

ஒரு பொழுதில் ஓவெனக் குமுறி அழும்
தன் கரத்தால்
மாரிலே மாறிமாறி அறையும்

இன்னொரு பொழுதில் கல்லிடைமோதி
'க்ளுக்' எனச் சிரிக்கும்
முகம் நாணிச் சிவக்கும்

துயரம் கப்பிய நாளொன்றில்
ஓங்காரம் கொண்டு குமுறி வெடிக்கும்
குவலயம் அனைத்தையும் விழுங்கிட விளையும்
பசி கண்ட விலங்கென எக்காளமிடும்

நடு இரவில் தன் மடியில்
உயிர்பல பிடுங்க
துரோகத்திற்குத் துணைபோகும்
ஈழப்பொது மகன் ஒருவனாய்
மௌனித்திருக்கும்

களைப்புற்ற வேளை
எற்றுண்டுகிடந்த சாதாளைப் பிட்டியிலே
தலைசாய்த்துத் தூங்கும்
மெல்லச் சிணுங்கி விம்மி வெடித்து
இயலாத போதெல்லாம் எழுதும் சோகத்தை
கரையெல்லாம் நுரைசிந்த
பிணங்களைச் சுமந்துவந்து
கரையிலே வைத்து
கைகட்டிநின்று கண்ணீர் வடிக்கும்

எப்போது கரையுடைக்கும்
என அறியாக் கவிஞனாய்
மோனத்திரையுள்
கட்டுண்டு கிடக்கும்

ஒரு பெருங்கடல்

✦✦✦

இலையுதிர் காலம் 2001

இலையுதிர் காலம்

காட்டிடைப் புகுந்தது
பெரும் புயல்

உயரக் கொம்பரிலே கூடிருந்த
தடமும் இல்லை
அதில் வாழ்ந்த குருவிகளின்
நிறமும் இல்லை
போனதிசை அறியோம்

நெடுநாளாய்த் துயர் நீட்டி
காற்றதிர கரைந்த குரல்
காடெல்லாம் உறைந்திருக்கு
இன்றும்

எஞ்சிய மரங்களும்
உடை களைகிறது
உறங்குதற்கு

இனி நீளத்தொடரும்
கொடும் குளிர் நாள்

அன்று குருவி கழித்து விட்டுப்போன
எச்சம்
மரத்தடியில் இன்னும் மிச்சம்

இச் சிறுதுளி எச்சத்துள்
உயிர்மூச்சை இறுகப் பிடித்தபடி
உறைந்திருக்கு
பெரியதொரு காடு

மண்ணில்
மெல்லப் படிகிறது முதற் பனி

பனிநாள்
கடந்தால் இளவேனில்
மழைநாள்

✦✦✦

இலையுதிர் காலம் 2001

காலப்பெருவெளியில்

கோடையிலோர் நாள்
குளிரூட்டியின் மூச்சுக் காற்றும் சுடுகின்ற
அதிவெப்ப நடுப்பகல் வெய்யிலில்
டொன் பள்ளத்தாக்கிடை விரிந்த
பூங்கா மரக்குடை நீழலில் ஒதுங்கிய காலை
முதியதோர் காதல் இணைகளைக் கண்டேன்
ஒரு யுகத்தின் மூப்பொடு
கிளையொடுங்கிச் சுருங்கி
எலும்புந்தோலுமாய் நிழலுதிர்த்து நின்ற
பெருமரத்தடியில்
மூச்சிரைக்க ஓய்வு கண்டனர்
ஆண்டாண்டு காலமாய் ஆழ வேர்பரப்பி
அகலக் கிளை விரித்த
முதுமருதின் கிளையொன்றில்
கூடும் குதூகலமுமாய் வாழ்வோச்சிய காலச்
செழிப்பின் சுவடும்
பின்தொடர்ந்த பிரளய இழப்பிலும் பெயர்விலும்
கப்பிய துயரும்
இறக்கை முளைத்த குஞ்சுகள்
இணையுடன் சேர்ந்து
கொத்தித் துரத்திவிட்ட
நெடுஞ்சோகப் பெருமூச்சும் பறிய
அதைமறுத்து
உலர்ந்த புல்லுக் கீற்றொன்றை
கோதி அலகில் சுமந்து
புதிதாய்
கூடிணக்க விழையும் உலர்வலையக் குருவியின்
உற்சாகப் பெருக்கில்

தன் இணையை
கைலாகு கொடுத்து
தூக்கி
அணைத்து
எட்டிநடந்தபடி
டொன் பள்ளத்தாக்கிடைப் பூங்காவில்
முதியதோர்
காதல் இணையைக் கண்டேன்

✦✦✦

கோடை **2000**

பந்தயம்

முகத்தில் அறையும் குளிரைப்
புறந்தள்ளி ஆலையுள் நுழைகிறேன்

உரத்த குரலும்; கறுத்த உடலும்;
வியர்வை நாற்றமும்
முண்டியடிக்கின்றனர் முதலாட்டத்
தொழிலாளர்

அடுத்தாட்டம் எனக்கு

வயிற்றுப் பிழைப்புக்கு
போர்முகத்தில் திணிக்கப்பட்ட
இலங்கை சிப்பாயின் விறைப்புடன்
எந்திரம் முன் நிற்கிறேன்

களத்திலே இறங்கி அடக்க முனைந்தவனை
எகிறி வீசிவிட்டு
அடுத்தவன் யாரெனத் திமிறும் தினவெடுத்த காளையின்
முறைப்புடன்
அமானுஷ்யமாய்க் கிடக்கும் எந்திரத்தில்
இணைந்து

ஆழியை முடுக்க
பேரிரைச்சலுடன் ஆரம்பமாயிற்று
பந்தயம்

காற்றெழக் குமுறும் ஆழி
துண்டு துண்டாய் விசிறி எறியும்
அலைகளென
அட்டிகளாய் இருக்கும் பலகை அடுக்குகளை
அளவளவாய் அறுத்து வந்து அள்ளி வீசுவது
அதன் பங்கு
பாங்கறிந்து பக்குவமாய் வகுத்து
தனித்தனியாய் அடுக்குவது
என் பங்கு

ஒரு பாட்டம் குனிந்து
மறுபாட்டம் நிமிருமுன்னர் மீளக் குவிகிறது
சுமை

பத்துமணி நேரக் கடும் உழைப்பு
களைத்துச் சோர்ந்து
கதவுக்கு வெளியே கடாசுண்டு
காற்றை ஆழவுறிஞ்ச நெடுமூச்சாய்ப் பறிகிறது
துயர் வெப்பம்.

கெக்கலிட்டு நகைக்கிறது
நிலவு
அவமாய் அழிகிறது அகதியின்
நாளொன்று

✦ ✦ ✦

பின்பனிக் காலம் 2001

போர்க்காலக் கனவு

அச்சமும் துயரும் விரவிப் படர்ந்த
நீண்ட இரவுகள்

இரவெல்லாம் கனவு

கனவில் இராஜ நகரியின்
நெடுமுடிக் கோபுரமிரண்டும் நொருங்கிப் பொடிபட
நீறு கவிந்த சிதை நடு நின்று
விரிசடை சிலுப்பி
நெடுந்தாள் பரப்பி
போர்த்தினவெடுத்த அரசனின் சன்னதம்

சூரன் யார்?எவன் அசுரன்?
என்பதறியா முப்பத்து முந்நூறுகோடி தேவரும் அவுணரும்
பூதகணங்களும் நடுங்க
உச்சங் கொள்கிறது
உருத்திரனின் ரௌத்திரத் தாண்டவம்

நெற்றிக்கண்ணிருந்து நிரவித் ததும்பும்
எரிமலைக் குழம்பு

தீயின் நாவும்
சதை பொசுங்க எழும் நாற்றமும் வீச
இடிபாடுகளிடையே
குருதி வழியத் தனித்திருக்கிறேன்
வானை நிறைத்து மொய்க்கின்றன
ராஜாளிப் பறவைகள்

சவக்களை படிந்த முகத்துடன்
தன் சவக்குழியைத் தோண்டுகிறான்
அந்திச் சூரியன்

தொலைவிலிருந்து சிறுகீற்றாய்த் தொடங்கி
வியாபித்து
மிகநெருங்கி
விரிகிறது
சுடலைக் குருவியின் துயரப் பாடல்

அத்துயரில் இணைகிறது
எனது குரல்

✦ ✦ ✦

இலையுதிர் காலம் 2001

பெரிது/சிறிது

பெருந்தீக் கோளமாய்
மேற்கில் வீழ்கிறது சூரியன்.

சூரியக் கொள்ளியில் கொழுத்திய தீயில்
செந்தணலாய்க் கனன்று கிடக்கிறது
ஒன்ராரியோ வாவி

துயர் கௌவிச் செல்லும்
மனிதமுகமென
மெல்லப் பரவத் தொடங்குகிறது
கரிக்கட்டி இருள்

ரொறன்ரோ நகர வீதியில்
நிமிர்கிறேன்

பெரு நதிகளென நெடுஞ்சாலைகள் வழி
மின் உருகிப் பாய்கிறது

உயர எழுந்த கட்டடத் தூண்களில்
முகடு கட்டிய வானம்
தலைகீழாகத் தொங்குகிறது
ஊதிப் பருத்த நிலவு

நிலவின் மீது மையல் கொண்ட
ரொறன்ரோ நகரின்
ஆண்குறியென
எழுந்து
நிமிர்ந்து
விறைத்துக் கிடக்கும் சீ.என். கோபுரம்

எத்தகை பிரமாண்டம்!

இத்தகை பிரமாண்டம் இருந்தென்ன?
சின்னஞ்சிறிய மனிதர்கள்
உலகு

✦✦✦

கோடை 2002

ஒரு இரவின் எச்சம்

பனைகளுக்கிடையில் சிறைப்பட்டுக் கிடக்கிறது நிலவு
யாழ்–கொழும்பு மெயில் வண்டிப் பயணமொன்றின் போது
முன்இருக்கைப் பயணியாய் அறிமுகமானாய்

யாழ்ப்பாணத்து இரும்புச் சலாகைகள்
இரண்டிடை
சிக்குண்டிருந்தாய்

நீண்ட மௌனம்

எமக்குத் துணையாய் ஓடிவந்தது
நிலவு

கனவுகளால் நிரவித் ததும்பிற்று
மனக்குளம்
ஏதோ ஒருகணத்தில் உடைப்பெடுத்து பிரவாகமாயிற்று
வார்த்தைகளில் அகப்படாது
விழிகளின் மொழியில்
உரையாடலாய்க் கரைபுரண்டோடிற்று
ஒரு நீளக் கவிதை

ஆன்மாக்களின் தழுவலை
எந்தத் தடுப்பால் நொருக்கிட முடியும்?

சிறு மழை
விரிந்து தூற்றலாகி பலத்து பொழிகிறது
பெருமழை

காலையிலே
பிரியவேண்டிய இடம் வந்தாயிற்று
எரிந்த இரவின் சாட்சியாய்
சிவந்த விழிகளுடன்
எனைக் கடந்து செல்கிறாய்

மழைநீர் பெருகி வடிந்த தடங்களை
அழித்து
பாதங்கள் எழுதிச் செல்கிறது
உன் புதிய சுவடுகளை.

நீ மறைந்த பின்னரும்
நெடுநேரம் நடந்த திசை பாத்திருக்கிறேன்

முடிந்த அளவில் எல்லாவற்றையும்
விழுங்கித் தீர்த்து விட்டது
காலம்

காலத்தின் கரங்களுக்குப் போக்குக் காட்டிவிட்டு
இன்னமும்
என் மூக்கின் நுனியில்
ஒட்டிக் கிடக்கிறது
ஒரு நீளப்பயணக் களைப்பில் வழிந்த
உன் வியர்வைக் கவிச்சை.

✦ ✦ ✦

இலையுதிர் காலம் 2001

காலை

நான் விழித்தெழும் போதில்
வெயில் இல்லை

மீசையை மழித்து
நிலவு வேடம் பூண்டிருந்தது
சூரியன்

தலைமாட்டிருந்து
மதியம் ஒரு மணி என
மனனஞ் செய்த வாக்கியத்தை
வலு வீறாப்பாய் ஒப்புவிக்கிறது
கடிகாரம்

இருபத்து நான்கு மணியும் கண்வளராப்
பெருநகரில்
இடறி வீழ்ந்து
முளைவிட்ட அகதிப்பயல் நான்
இரவையும் பகலையும்
எப்படித் தரங்குறிப்பது

இப்போதென் இணை
தொழிற்சாலைத் தையல் இயந்திரத்துடன்
மாரடித்துக் கொண்டிருப்பாள்
அவளுக்கு
இது மதியந் தாண்டிப் பிற்பகல்

எனக்கு
நான் விழித்தெழும் பொழுதே
அஃதே காலை
எனது பங்கிற்கு ஓடிச் சோர்ந்து வீழ்கையில்
அஃதே என் இரவு

✦ ✦ ✦

பின்பனிக் காலம் 2001

போரோவியம்

போரின் கைப்பிடிக்குள்ளிருந்து
சிதறுண்டு
தெறித்தலைந்த காலத்தே
அந்த ஓவியனைக் கண்டேன்
அந்திவானத் திரையில்
சூரியக் குழம்பில் தோய்த்தெடுத்த
தூரிகையால்
தீட்டிக்கொண்டிருந்தான்
இன்றைய நாளின் ஓவியத்தை
முதலில்
தூரிகையின் நாவு நீண்ட இடமெலாம்
அங்குமிங்குமாய்க் கோடுகள் வீழ்ந்தன
கிழித்த கோட்டின் முடிவில்
குண்டுகளைச் சுமந்தபடி விரையும்
போர் விமானங்களை எழுதினான்
அவை வீழ்ந்தெழுந்த இடத்திலெல்லாம்
சுடர்ந்தெழுந்தது தீப்பிழம்பு
பிறகு
குருதிச் சிவப்பில்
மெல்லப் பற்றிப் பரவி எரிகிறது திரை
நேரங்கழிய
மேலிருந்து படிகிறது கரும் புகார்
இப்பொழுது
துயரம் கவிந்த முகமென விரவிப் படர்ந்த
கருநீல இருள்
இருட்திரையின் இடையிடையே
கண் சிமிட்டும் புள்ளிகளைத் தீட்டுகிறான்
அவற்றில் இருக்கிறது
காபூல் நகரத்துப் பதுங்கு குழிகளுக்குள்ளிருந்து
தலை நீட்டும் மழலைகளின்
பிஞ்சு விழிகள்

✦✦✦

பின்பனிக் காலம் **2002**

ஆற்றுப்படுத்தல்

வாலிப நதியில்
நீர் சுழித்துப் பாயும்
சமன் குஞ்சுகள் ‘க்ளுக்’கென்று
துள்ளி விழும்
லூனிப் பறவைகளும் நீர்க்காகங்களும்
முக்குளித்தெழும்

கண்களில் நீர்பனிக்க
நனவிடை தோய்ந்து
முதுமையைச் சுமந்து நடக்கிறது
டொன் ஆறு

நகரின் நெரிசலில்
அசையவே முடிவதில்லை

அங்கலாய்க்கிறது

எப்போதாகிலும் அரிதாய்
வந்துபோகின்ற ஓரிரு பறவைகள்கூட
தோட்டி ஆறென்று
மூக்கைச் சுழித்தபடி எட்டிநின்று
கேலி செய்கின்றன

ஆழப் பெருமூச்சு விடுகிறது

ஆனாலும் என்ன
நகரம் என்மீது அன்பாயிருக்கிறது
ஓரங்களை அழகுபடுத்தி;
தூய்மையாய் வைத்திருங்கள் என
அறிவிப்புப் பலைகைகளை நிறுத்தி
சந்தோஷப்படுத்த முயற்சிக்கிறது

வாழ்வு முடியும்வரை
ஓடித்தானே ஆகவேண்டும்
என்கிற நிர்ப்பந்தம்

மெல்லத் தேறுதல் கொள்கிறது

நான் துயருறும் பொழுதெல்லாம்
தன் கதைகூறி
ஆறுதல் சொல்கிறது
டொன் ஆறு

✦ ✦ ✦

இலையுதிர் காலம் 2001

உயிர்த்தீ

நிலவிரவு

விறைக்கிற குளிரும்
தகிக்கும் என் உடலும்
நானும்

சாவும் துயரும் விளையும்
இக்கொடும் இரவில்
உன் நினைவெழுந்தது எங்ஙனம்?

பருவத்து யௌவனம் உருகி
விழிவழிப் பெருக
காம லகரியில் செப்பினாய்
காதலை

எழுபத்து ஏழுக் கலவர நெருப்பு
அச்சம்; குரோதம்; வெறி
அழிந்து போயிற்று
காதல் சிறுமுளை

அடி என் பெண்ணே!
நீளும் இவ்விரவில்
போர்த்திய வெள்ளைத் துகிலுள்
துயர் மறைத்து
வெண்கல வட்டிலில் தாமரை சுமந்து
புத்தன் பாதத்தில்
மண்டியிட்டிருத்தல் கூடும்

என் மண் மிதித்து
முளைத்தெழுந்த படைவீட்டின்
காவற்பரண் ஒன்றில்
துயில் இழந்து அச்சம் விரவ
உடல் நடுங்கி
துவக்குக் கட்டையை
இறுக அணைத்தபடி தவிக்கும்
உன் துணைவனுக்காய்

அன்றில்
மழித்த மண்டைப் பிக்குவின் கைகளில்
தானங்கொடுப்பாய்
அவன் நினைவொரு துளியொடும்
பற்றி எரிகிற வெறியொடும்

என் இழப்பையும் இருப்பையும்
எப்படிச் சொல்வேன்
சொல்வதற்குரிய வார்த்தையைக் கூட
பிடுங்கிய பின்னரும்

போரின் குரலும்; குருதிவெடிலும்;
கூதல்தேசக் குளிரும் இரவும்;
கனலில் தகிக்கிற உடலும்; உடலில்
வெறியும்; எரியும் நானும்

இழந்து இரந்து சோர்ந்து வீழ்ந்தும்
எழுந்து பரந்து எரியும் நெருப்பு
நீளத் தொடரும் விதியேன்
சொல்க?

எழு!
அணைப்போம்
வெறி தணிய நெருப்பகல

✦✦✦

முன்பனிக் காலம் 2001

டொன்நதித் தீரம்

இருபுறமும் முகடிட்டு
நடுவே
என் காதலியின் மார்புக் குவட்டை
நினைவூட்டி நீளும்
டொன் பள்ளத்தாக்கு

கரைமருங்கில்
தலைசாய்த்துப் படுத்துறங்கும் பாவனையில்
பெருமரங்கள்
இடையே
மடியென வகிடெடுக்கும் சிற்றாறு

காதல் கிறக்கத்தில்
சிற்றாற்றின் தோள்சாய்ந்து
கூடிநடந்தபடி
சிறுபாதைக் கோடு

அருகேதான் என் சிறுகூடு

நகரச் சந்தடியுள் சிதைந்தவை போக
எஞ்சிய துளியில்
காலாற நடந்து
துளிப்பொழுது உயிர்த்திருக்கும்
நானும்
அந்த முதுமரமும்; எங்கள் சிநேகமும்
இங்கேதான்

நூற்றாண்டுகாலத்து மூப்பின் பிணியும்
காலத்தின் உக்கிரத்தில்
எழுகின்ற சூறைக்குக் காவு கொடுத்த
கிளைக்கணுக்கள் சுவடும்
மனதுறுத்தும்
துயருற்றேன்

சிறுநகை பூத்து
தலையசைத்துத் தேற்றும்
மெல்லென உடல் தழுவி
என் துயர் ஒற்றிப் போகும்
தென்றல்

கழிந்த இலையுதிர்காலக் கொடுமழை
கொணர்ந்த
பெருங்காற்றின் வெறிக்கூத்தில்
அடியொற்றி திருகிச் சாய்த்துவிட்டு
அடங்கிப் போயிற்று

என் மண்ணில்
அரசபடை வெறித்தனமொன்று
நினைவில் நெருட
நொருங்கிச் சிதைந்தேன்

நீளக் கழிந்தது உறைநாள்
மீளத் தொடர்ந்தது வேனில்

திடுமெனப் பிறந்த ஆவலில்
இன்று
அவ்விடை நடந்தேன்

நடுகல்லென முதுமரத்து அடிவிளங்க
அதனருகில்
நீளத் துளிர் எறிந்து
காற்றில் சுகித்திருக்கு
புதிதொன்று

✦✦✦

இளவேனில் 2001

அனுபவம்

ஊமை வெப்பம்

வெளியெல்லாம் தாறுமாறாய்
அந்தரித்துப் பறக்கிறது
அநேகம் தும்பிகள்
இத்தகை பறப்பு
வழமைக்கு மாறுதான்

மாலையிலே
முச்சந்தித் தெருவிளக்கடியில்
ஈசல்கள் ஏராளம்
போராளிக் கறையான்கள்
கடித்துத் துரத்தியதில்
படை படையாய்க் கிளம்பிற்று
இருப்பிழந்து

நிகழ்ந்தொழிந்த
பெரியதொரு புலப் பெயர்வு
நினைவெழும்பத் திடுக்குற்றேன்.

கருக்கலிலே திடீரெனச் சிறகடித்து
அவலமாய்க் குரல் கொடுத்து
அடங்கிப் போகின்றன
பறவைகள் சில
எப்போதும்

வானத்தை அண்ணாந்தே வாழ்ந்ததினால்
வாய்த்த அனுபவம்
அப்பு தெளிவாய்ச் சொல்கிறார்
மறுபாட்டம் பெருமழைக்கு
அடுக்கொன்று நடக்குதென்று

குரல் கேட்டு
அவள் கைகள்
தன்னுணர்வின்றித் துளாவுகின்றன
மடியில்
அடையாள அட்டை தேடி.

✦ ✦ ✦

முதுவேனில் 2002

கொல்கலை

முதலில்
பொறுத்திருந்து அவதானி
அதன் நடமாட்டங்கள் அறி
சிறிதுசிறிதாக அதன் எல்லைகளைக் குறுக்கு
பின்னர்
உணவுகளைப் பிடுங்கிப் பட்டினியால்
அலையவிடு

இப்போது
உன் பொறியைத் தயார் செய்
அதனுள் அடைய மறுக்கிறதா
அழகூட்டு
வேண்டுமெனில்
முதலில் அகப்பட்டதில் ஒன்றிரண்டை
உள்ளே நிறுத்திவை
இளசுகள் பயமறியா
எளிதிற் கவர்ச்சிக்கு எடுபடும்
வேட்டைக்குப் பழக்குதற்கும் மிக இலகு
இன்னும்
விடலைத் தசைக்கு ருசியும் அதிகம்
அவையதில் மயங்கி
மெல்லப் பொறிக்குள் அடையட்டும்
காத்திரு
பின்னர் தீர்மானிக்கலாம்
வேட்டைக்கு பழக்குவதா
அன்றில்
வெட்டுதற்கு உகந்ததா
என்பதை

✦✦✦

***முதுவேனில்* 2002**

ஈரம்

இன்னும் இருக்கிறது
என் ஊர்

தாழம்பூ மணங் கமழ
இதழ்பரப்பி
றங்குப் பெட்டியுள் பத்திரப்படுத்திய
அம்மாவின் கூறைச்சேலையைப் போலும்

சித்திரைச் சிறுமாரியிடை
நனைந்து
காரைப் பற்றையுள் பிடித்த
பொன்வண்டின் குஞ்சை
நெருப்புப் பெட்டியுள் பதுக்கி
அடிக்கடி திறந்து
கிளுவந்துளிர் ஊட்டிக் கிளர்வுற்றிருந்த
பால்ய நினைவினைப் போலும்

இன்னும் இருக்கிறது

குளக்கரையிருந்து
தென்னங் கோம்பையுள் மருதங்காய்
நிரவித் தீமூட்டி
புகைக்கப்பல் விட்டு மகிழ்ந்திருந்த காலம்
ஈரம்
பலாக்கொட்டைக் குருவியைப் போலும்
பத்திரமாய் இருக்கிறது
என் சின்னக் கிராமம்

பனியிலும் குளிரிலும்
பொத்திப் பாதுகாக்கிறேன்
தினமும் எடுத்து
புரட்டிப் பார்த்து மூடிவைக்கிறேன்
ஒரு உலோபியைப் போலும்

சிறு புள் மனம்

நொடிப் பொழுதில்
சைக்கிள் கட்டையில்
விளாவெளி ஒழுங்கையை
சுற்றி வரவும்

சங்கத்தாவத்தைக் கிணற்று
துலாக்கொடிபற்றி மிதியில் காலுதைத்து
நீரள்ளிப் பருகவும்
அன்னப்பிள்ளை காணிமுன் நின்று
அரட்டை அடிக்கவும்
பாண்டிமாவுக்குக் கல்லெறியவும்
வேப்பந் தூவலில்
பூக்கொத்தைக் கிள்ளி முகர்ந்து பார்க்கவும்
முடிகிறது இன்றும்

முச்சந்தி மதிற்சுவரில்
வீட்டுக்கு நேரே புள்ளடியிட்ட
தார்ச்சுவடின் தடம் இன்றும்
முற்றாய் அழியவில்லை

மாமரக் கொப்பிருந்து
நாவறள
கரைகிறது காகம்
யார் வரவும் இல்லை

சங்கக் கடையின் ஒற்றைக் கதவு
திறந்தபடி
காற்றோடு பறைகிறது

முற்றத்து முருங்கையில்
உலாந்தாக்காய் நெற்றாகித் தொங்குகிறது
வீணில்

வேலியோரப் பூவரசெல்லாம்
பூத்துச் சொரிகிறது
தன்னாரவாரம்

கொத்தியாலடி சுடலை மடச் சுவரில்
கிள்ளிப் பிடிக்க இடமிலாதளவுக்கு
கரித்துண்டால் குறித்துவைத்த
தோற்றம் – மறைவுக் குறிப்புகள்

ஆனாலும்
ஆனி பன்னிரண்டு, 1990ற்குப் பின்
எவர் குறிப்பும் இல்லை

✦ ✦ ✦

முதுவேனில் 2001

விருட்சவாழ்வு

என்னுள் எச்சமிட்டுச் சென்ற
பறவை எது?
அதன்மீது நீருற்றியவன் யார்?

வெடித்து முளைத்து
மரமாகி
பெரு விருட்சமாய் வியாபித்துக் கிடக்கிறது
சிறு வித்து

சுடர்ந்து எரியும் தீக்கங்குகள் போலும்
அதன் ஒவ்வொரு கொம்பரும் கிளைத்து
கொம்பெறிந்து
என் நாடி நரம்புகளூடே விரிகிறது

உடலின் மேற்பரப்பெங்கும்
வழிகிறது
தளிர்கள், இலைகள், பூக்கள், காய்கள்,
கனிகள்
சிலசமயங்களில் வெறுமனே விறைத்து
உறைந்து கிடப்பதும்
வேறு பொழுதுகளில் நுனி துளிர்த்து
தளிர் எறிந்து தளுக்காய்ச் சிரிப்பதும்
மகிழ்வுறு கணங்களில்
பூக்களை விரித்து புன்னகைத்துப் போதை தருவதும்
துயருறுபோது
இலைகளை உதிர்த்துக் கண்ணீர் விடுவதும்
விருட்சத்தின் வாழ்வாயிற்று

நிலாப் போதுகளில்
நிஷ்டை கூடி மோகித்திருக்கிறது
அசையும் சிறுகாற்றில்
தேர்ந்த பாடகனாய்
நெடுநேரம் நீளக் குரலெடுத்து ஆலாபனை செய்கிறது
காலைப் பனியில் மூழ்கியெழுந்து

நீர்சொட்டும் ஈரக்கூந்தலை
அள்ளி முடிந்து
சிறு பெண்ணாகி
ஒய்யாரங் காட்டுகிறது
கொட்டு மழையில்
நனைகையில்
இலைவழிச் சொரிகிறது நீர்
வழிகிற நீரில்
துளித்துளியாகக் கரைந்தழிகிறது
விருட்சத்தின் துயர்

என் பாதத்தின் வழியே
நிலையற்று அலைகிறது
வேர்கள்
கடலில் அலையும் கணவாய் உயிரியின்
உணர்கொம்புக் கூந்தலை நினைவூட்டியபடி

எப்போதாகிலும் அரிதாய்
கவிதை வித்துக்களை
காய்த்துச் சொரிகிறது
அவ் வித்துக்களிலிருந்து முளைவிடக் கூடும்
மேலும் சில விருட்சங்கள்

அதிலிருந்து விரியட்டும்
பெரியதொரு காடு

✦✦✦

***முதுவேனில்* 2002**

சுமை

உயரிப்பனையின் வட்டுக்குள்
குருவி கட்டிய கூடொன்றாய்
தலைச்சுமையில் இருக்கிறது
என் வீடு

உண்ணும் போதும் உறங்கும்போதும்
அன்றில்
மலங்கழிக்கும் போதுங்கூட
இறக்கிவைத்து ஓய்வுகொள்ள முடிவதில்லை
பலநாள் உழைத்து
என் வியர்வையில் குழைத்து
இணக்கிய வீடு நாலு புறமும்
சோலை வளவு

நடுவே வேப்ப மரத்தருகில்
பூவரசம் பூ நிறத்தில்அழகிய குடில்
உள்ளே மெல்லக் காற்று உலாவி வர
அகலச் சாளரங்கள்
நிலா முற்றம்; முற்றத்தில் கொடிமல்லி;
மேலே நிலவு
கூட என் காதலி

இத்தனை அடுக்கிருந்தும்
நிலையாய் ஓரிடத்தில் இறக்கிவைத்து
நான் ஓய்வுகொண்டு சுகித்திருக்க
ஒருசாண் நிலமுமின்றி
தலைச்சுமையில் சுமந்தபடி
வீட்டோடு அலைகிறேன்

தினமும்
யாரோ ஒருவனால்
எங்கோ ஒரு மூலைக்கு விரட்டப்பட்டு
காலத்தின் திசையில்
தேசாந்திரியாய் அலையும் அவல வாழ்வில்
எங்கே இறக்கிவைப்பது
என்வீட்டை?

✦ ✦ ✦

கோடை 2002

மிருகம்

படபடத்தடங்குகிறது விழிச் சிறகு
குறிவைத்த இலக்கை அடிக்கும்
போர் விமானமொன்றாகி
எங்கெல்லாமோ அலைந்து
பாசாங்கு காட்டி
அடிக்கடி வந்து மோதிச் செல்கிறது
விழிக்கணை
தாகம் மேலிட
மெல்லக் கீழிறங்கி உதடுகளில் மேய்ந்து
எச்சிற் படுத்தி மீழ்கிறது நாவு
கோடை நாளின் மெல்லிய உள்ளாடைகளினூடே
ஏம்பித் தணிந்து
மனதின் மொழியைப் பேசிவிடத் துடிக்கிறது
முன்னிப்பொலிந்த முலையிரண்டும்
நிரவி வழிகிற உணர்வுப் பிசுபிசுப்பில்
பிணைகின்றன காற்பெருவிரல்கள்
அவஸ்தையின் உச்சவலியில் நெளிகிறாள்
ஓடுகிற மெத்றோ ரயிலில்
முன்னிருக்கைக் குமரி

அவளை ஹிம்சைப்படுத்தும் வம்புவிழிகள்
தனதென்பதறிந்தும்
அத்தனை அழகையும்
கொடூரமாய்
நக்கிச் சுவைக்கிறது
அவனுள்ளிருந்து ஒரு மிருகம்

✦✦✦

***கோடை* 2002**

முடிவிலி

என்மீது சாபத்தைத் துப்பிச் சென்ற
முனிவன் யார்?

பள்ளத்தின் போக்கில் வழிந்தோடிக் கரையும்
நீர்த் திவலை ஒன்றாய்
பெருநகரத் தெருக்களில் கரைந்தழிகிறேன்
காற்றின் திசையில் அள்ளூண்டு
அலைந்து
வானத்தின் நீண்ட பக்கங்களில்
முடிவிலி வரை
தன் வாழ்வின் துயரைக் குறித்துச் செல்லும்
முகில் தூவலிடம் உசாவுகிறேன்
எனக்குப் பயன்தரு வார்த்தைகள்
ஏதாவது
அதனிடம் கிடைக்காதாவென
அங்கலாய்க்கிறேன்

துயிலா இரவுகளோடு
துளிப்பொழுதும் சலிப்பின்றி
கரையிலே
மீளமீள அடித்தடித்துக் கதறும்
அலைக் கங்குகளிடை
துளாவி அலைகிறேன்
யாராவது தவறி விட்டுச் சென்ற
சின்னச் சொல்
ஒரு திறவுகோலென அகப்படாதா?
ஆதங்கப்படுகிறேன்

குருஷேத்திரக் களரியாய்
குருதி கொட்டி அம்மணமாய்க் கிடக்கிறது
அந்தி
அதன்மீது பரிவுற்று
கருந்துகில் போர்த்திவிடும்
இரவு மனதுக்கு இதமாயிருக்கிறது
இருந்தாலும்
அச்சங்கொள்ள வைக்கிறது
நிலவின் தீரா மௌனமும்
முறைத்த விழியும்

எப்போதவிழும் மௌனம்?

✦✦✦

கோடை 2002

கடற்கோள்

ஊமை அமுக்கம்

மிரள மிரள விழித்தபடி
பயந்தொடுங்கிய மிருகத்தின் விழிகளொடு
அடங்கிக் கிடக்கிறது
கடல்

ஒரு பெரிய இரையை விழுங்கி
செரிக்கும் வரையில் காத்திருக்கும்
மலைப் பாம்பின் மெல்லிய உடலசைவு
கடலின் மேற்பரப்பில்

எத்தனை தடவை விழுங்கிற்று
எம் இனிய குழந்தைகளை?

✦

கூடியிருந்த சிறு மகிழ்வு குலையும்; கடல் மிருகம்
குரலெழும்பும்; பனைஉயர அலையெறியும்; கடல் எழுந்து
நடக்கும்; ஊரெல்லாம்
தலை தெறிக்க ஓடும்; திசைகள் பதினாறும் சிதற ஓடுகிற
மனிதர்கள் கதறி வீழக்
காற்றெல்லாம் ஒப்பாரிக் குரலெழும்பும்; எக்காளம்
அடங்கும். இரை விழுங்கிக்கடல்
மீழும்; கடல் மீண்ட பின்னாலே மெல்லத் துலங்கும்
ஊர்
மீள

✦✦

சிறு நாய்க்குட்டியாகி
நாவால் நக்கி நனைத்து
சிநேகித்து
வாலாட்டி மகிழ்கிறது
கடல்
கரையெங்கும் நுரை பொங்க

நுரை கிள்ளி வேடிக்கை பார்க்கின்ற மனிதரிடை
ஒருவித அச்சம்
ஒருவிதத் துயரம்
விரக்தி
கடல்மீது அவர்கொண்ட வெறுப்பு
இருக்கின்ற துளிப்பொழுதில் வாழ்வைச் சுகிக்கின்ற
துடிப்பு
சிறு மகிழ்வு

அவள்
சிக்குண்ட கூந்தல் காற்றெலாம் சிதைய
மனம் பிசகி அலைகிறாள்
கால்போன திசையில்
விழி ஏங்கத் தேடுகிறாள்
வெறி கொண்டு
சாபமிட்டு மண் அள்ளியெறிந்து திட்டி
காறி உமிழ்கிறாள்
கடல்மீது

யார் கவனிப்புமில்லை

உயரக் குரலெடுத்து ஒப்பாரி சொல்லிக் கதறுகிறாள்
அவளின் ஒப்பாரிப் பாடலிலிருந்து
வழிகிறது
உலகத்தின் கண்டங்கள் ஏழிலும்
கடலுக்குக் காவு கொடுத்த
தாய்மாரின்
கண்ணீரும் கதறலும்

இரை மீட்டுக் கிடக்கிறது
கடல்

✦✦✦

முதுவேனில் 2002

போர் கவியாத காலை

தூரக் கிழக்கே ஈரப்பனிக் காற்றில்
மணியொலிக்கும்
சந்நிதியானின் முதல்மணி
என்பாள் அம்மா

மாமரக் கொம்பரிலே
இரவடைந்த கோழிகள்
ஒரு தடவை குரலெடுத்தடங்கும்

பின்னர் ஐந்து மணிக்கெல்லாம்
வீரபத்திரர், ஐயனார் என
நான்கு திசையிருந்தும் கோவில் மணியொலிகள்

இருள் முற்றும் கலையாச் செக்கரிலே
முற்றத்துச் செவ்வரத்தை
மொட்டவிழ்க்கும்

ஒவ்வொரு கிளையாய்த் தாழ்த்தி
பூக்கொய்வாள் சின்னத்தங்கப் பாட்டி
ஈரக் கூந்தலிலே நீர்சொட்ட

அடுத்த வளவில் சிங்கர்மாமி
பசுவின் முலைகழுவிப் பிதுக்க
பாத்திரத்தில் மோதிக் கணீரிட்டொலிக்கும்

மெல்லக் கிழக்கு வெளுக்கும்

ஏழுமணிக்கெல்லாம்
பெர்ணாண்டோ மாத்தையா கொண்டுவரும்
சுடுபாணின் மணம் மூக்கேறும்

விளாவெளி ஒழுங்கையின்
ஒவ்வொரு முடுக்கிலும்
ஹோண் எழுப்பிச் செல்லும்
சின்னப்பு மாமாவின் ஏ–40 கார்
பள்ளிப் பிள்ளைகளைச் சுமந்தபடி
காலை ஏழே முக்கால் என்பதன் குறிப்பிது

சின்னப்பள்ளியிலே
"குண்டுடுக்கி குடுகுடுக்கி கூடைதனிலேந்தி"
பாட்டுச் சொல்லிக் கொடுப்பார்
இராசநாயக வாத்தியார்
முரட்டுக் குரலிலும் ராகம் இழைந்தோடும்

பத்துமணியென்றால்
வியர்த்து விறுவிறுக்க சைக்கிளால் குதித்து
சங்கக் கடை திறப்பார் குணரட்ணம் மனேச்சர்

பிள்ளோய்...!
காற்றுயரக் குரல்கேட்கும்
உயரப்படி இறங்கிப் படலைக்கு வருவார்
துரையக்கா

குறுக்குக் கட்டு சேலையுடன்
தடுக்கின்மேல் மீன் கடகம் சுமந்து
முன்னே வருவாள் நாச்சி

அவள் தலையிருந்து சுமை இறக்கி
மீன் அறுக்கத் தொடங்குவாள்
மீன்காரி வைரி

அதன்பின்னால்
தபால்காரன்

இன்றெல்லாம்
அகதி வாழ்வில் நகரத்து நாயலைச்சல்

ஓய்ந்து படுக்கையிலே வீழ்கையில்
தூரக் கிழக்கில்
ஈரப்பனிக் காற்றில் மணியொலித்த
கடைச் சாமம் கழிந்திருக்கும்.

✦ ✦ ✦

இலையுதிர் காலம் 2002

அகதி

தேநீர் சிரட்டையிலிருந்து
சிதறி
உருண்டோடி
பள்ளத்தின் போக்கில் வழிந்து
உலர்ந்து
உருமாறி விரிந்து
பரந்து
காற்றின் முதுகேறி
வானம் முழுவதும் அலைகிறது
ஒரு சிறு திவலை

✦✦✦

இலையுதிர் காலம் 2002

நெடுங்கோடை

அடையாளக் குறிப்புகள்
எதுவும் கிடையாது
எங்கிருந்து தோன்றும் என்பதறியோம்
எப்பொழுதென்ற விபரம் ஏதுமில்லை

குதிரை மீதில்
ராஜகுமாரன் ஆரோகணிக்கும் தோற்றத்தில்
அன்றில்
இறக்கை முளைத்த தேவதைக் குஞ்சொன்றாய்
மலை உச்சியிலிருந்து இறங்கி வரும்
இன்னும்
நெடிய தோற்றமும் ஒளி கசியும் விழிகளும்
கற்றைச் சடையுமாய் யோகியின்
வடிவில் அவதரிக்கும்
அற்புதங்கள் நிகழ்த்தும்
அள்ளியள்ளிக் கொட்டும்

வெறும்
புனைவுகளில் கழிந்துகொண்டிருக்கிற
பொழுதில்
சிலர் கண்டதாகக் கூட
கதைகள் பறைவர்.

நீள இரவுகள்
நெடு வருடங்கள்
கொடிய மழை நாட்கள்
எத்தனையோ இலையுதிர் காலம்

கழிந்து போயிற்று

கண்கள் பூத்துப் பூஞ்சை படர்கிறது
தேடிப்போன குழந்தைகளின்
குருதி வாடை
காற்றிலே கைவீசித் திரிகிறது
மூக்கைப் பொத்தியபடி பார்த்திருக்கிறோம்

காத்திருப்பின் ஆற்றில் நெடும் கோடை
பாளம் வெடித்த சுவடுகளிடை
தொலைந்து போயிற்று
வாழ்வு

இப்பொழுது
உடல் மெலிந்து
எலும்பும் தோலுமாய்
குழிக்குள் இறுகிய விழிகளொடு
பிச்சைக்காரன் தோற்றத்தில்
ஒன்றின் நடமாட்டம்
ஊருக்குள் தெரிவதாய்ப் பேச்சுலாவுகிறது

✦ ✦ ✦

இலையுதிர் காலம் 2002

கட்டுமரத் துண்டின் காதை

கட்டவிழ்ந்து சிதைவுற்று
பின் நெடுத்தலைந்து
முடிவில்
தீவொன்றில் கரையொதுங்கிக் கிடந்த
கட்டுமரத்தின்
சிறு துண்டாய் நானிருந்தேன்

தீவின் நகரத்து மாய அழகில்
மோகவயப்பட்டுக் கிறங்கியதில்
திறந்தவெளி சிறைக்கூடமொன்றின் கரையிது
என்பதை அப்போதறிந்திலன்
பொறிக்குகையுள் சிக்குண்டு
கைதிகளாய்
அலையுண்டு கிடந்த மனிதப் பிண்டங்களால்
இயங்கிற்று தீவு
மந்திரக் கயிறால் இறுகப் பிணைத்து
கம்பியூட்டர் பொறிகளின் கைகளில் திணிக்க
மேய்ப்பர்களாகி விரட்டிக் கொண்டிருந்தன
அவை மேய

தனித்தனி நிரவி வழியும் அனுபவக் குடுவைகளாய்
இயங்கின கைதிகள்
கண்ணீராலும் குருதியாலும்
குறித்துவைக்கப் பட்ட
ஆயிரமாயிரம் கதைகளின் மீதும்
அவைதம் துயர்மிகு அதிர்வுகள் மேலும்
ஈமொய்க்கிறது
இருந்தும்
அவைதம் குழந்தைகளிடம் சொல்லக்
கதைகள் மறந்தும்
பொழுதிழந்தும் போயின
மழலைக் கதைசொல்லிகளாய்
கம்பியூட்டர்களும் தொலைக்காட்சியும்
மின்னிமின்னி விழித்திருந்து தீனூட்ட
வளர்கிறது மனிதக் குஞ்சுகள்

தமக்கென இருந்து புதையுண்டு போன
பின் புலத்துத் தொன்மையும்
மூல லிபியிலிருந்து வடித்தெடுத்த
கள்ளூறும் தனித்த மொழியும்
மறந்துபட்டு நெடுநாளாயிற்று
புதிய எந்திர லிபிகளின் அவரவர் இரைச்சலில்
உயிர்த்திருக்கிறது தீவு

தசைப்பிண்டத்தின் மேல் வைக்கப்பட்ட முகங்களிடை
விழிகளும் உதடுகளும்
இறுகி
சிறு கனிவோ அன்றில் கீற்றுப் புன்னகையோ
விலகிட வழியின்றிப் போயின

அவையனைத்தும் பிணைந்து எந்திரங்களாய்
உருண்டோடிக் கொண்டிருந்தன
இரவு பகல் வந்து போவதே
எந்திரங்களுக்கு ஒரு பொருட்டல்ல
இவற்றினிடை வழிதவறிக் கரையொதுங்கி
விறைத்துக்கிடக்கின்ற சிறுகட்டை
நான்

சிக்குண்ட நாளிருந்து
குரல்வளை அறக் கரைகிறேன்
மனித மொழி புரிய அவையென்ன மானிடமா?
தோற்றேன்
தோற்ற பொழுதிருந்து தனித்தேன்
இரவென்றால் நிலவோடு
பகலென்றால் சூரியனோடு
இல்லையெனில் கடல் ஆறு மரஞ்செடிகள்
காட்டுப்புள் இனங்களொடு
பாடித்திரிகின்றேன்

இப்படியாயிற்று
கட்டவிழ்ந்து கரையொதுங்கிப்போன
கட்டுமரத்துண்டின் வாழ்வு

✦✦✦

இலையுதிர் காலம் 2002

அசுரன்
மேய்ந்தவை போக
எஞ்சிய வேர்க்கட்டைகளிலிருந்து
மீளமீளத் துளிர்க்கின்றன
மனிதத் தளிர்கள்

சுயம்

வெயில்
நீர் வற்றிக்கொண்டே போகிறது
உச்சியில் இன்னும் மிச்சமாய்
ஓரிரு ஆம்பல் பூக்கள்
தப்புத் தண்ணியில் அள்ளிப்போவதற்கு
பறியொடு காத்திருக்கிறான் செம்படவன்
நீரிடைத் துலங்கும் திட்டில்
ஓடு மீன் ஓடி உறுமீன் வருமென
ஒற்றைக்காலில் தவங்கிடக்கிறது கொக்கு
எந்தவிதச் சலனமுமின்றி
வாழுமிக் கணத்தை நீந்திச் சுகிக்கிறது
மீன் குஞ்சு

✦✦✦

பின்பனிக் காலம் **2008**

சூரியக்குருவி

இலை உதிர்த்த
விலோ மர எலும்புக் கூட்டின்மேல்
குந்தியிருக்கிறது
சூரியக் குருவி

சன்னலின் விலகிய திரையினூடு
படுக்கையறையில்
பெருகி வழிகிறது
அதன் கழுகுப் பார்வை
அறை நிறை சூரியக் குருதி
வெயில் ஊறி
என் போர்வை முழுவதும்
ஈரம்

ஈரம் சுட
என் தூக்கம் கலைய
இமை அவிழ்ந்தது
பகல் விரிந்தது
ஒரு கண்கொத்திப் பாம்பென
விழிமேற் குறிவைத்துப் பாய்கிறான்
வெய்யோன்

விழிச்சிறகுகளால் அடித்து வீழ்த்துகிறேன்
மூலையிலே சுருள்கிறான்
வெளியே
சொட்டுநீலத்தில் அலசி
உலர்த்தி வைத்த பின்முற்றம்
மரங்களில் மலர்ந்தும்
மண்ணில் மல்லார்ந்தும் கிடக்கிறது
பனிப்பூ

சாயமிடு நாளாகி
வெண்மை மின்னலடிக்கும்
தாடியைத் தடவிக் கொள்கிறேன்
மனக் குவளையில் ததும்புகிறது
இளம் காலை

சோம்பல் முறித்துச் சன்னல் திறந்தேன்
மூஞ்சியிலே
காறித் துப்பிவிட்டுப் போகிறது
பாலைக் குளிர்

அறைந்து மூடினேன்
முரண்களை எதிர்கொள்ள
கைகுலுக்கிச் சுகிக்க
இன்னமும்
நெடுந்தூரம் நடக்க வேண்டும்
நான்

✦✦✦

பின்பனிக் காலம் 2006

மரம்

பனிப்படுகையின் மேல் விறைத்து
பிணமாகக் கிடந்தது
மரம்
பனி உருகக் கிடைத்த சிறுதுளி வெப்பத்தில்
துளிர்க்க விரைகிறது இன்று

இனியென்ன
பிஞ்சுவிரல்களென முகையரும்பும்
மொட்டவிழும்
சிலிர்த்துப் பூக்கும்
கர்ப்பிணிப் பெண்ணெனப் பூரிக்கும்
குலைதள்ளிக் காய் தொங்கும்
இலைவிரிக்கும்
பழுக்கும்
சருகாய் உதிரும்
மீளப் பிணமாகும்

நாளைய உதிர்தல் தெரிந்தும்
இக்கணத்தில்
மகிழ்ந்து துளிர்க்க விரைகிறது
மரம்

✦ ✦ ✦

இளவேனில் 2005

ஊழி

செவிடுபடும்படி யுத்த பேரிகை
இருளைக் கிழித்து அதிர எழுந்தான்
போர் அரசன்

கடைவாய் வழியே வழிகிற
குருதியைப்
புறங்கையால் துடைத்தெறிந்தான்
விழிகளில் கொடுந் தீ
மூச்சில்

அழுகிய சதையின் முடைநாற்றம்
ஆதி உலகத்து விசித்திர விலங்கொன்றாய்
விரிந்து பரந்து
பிரம்மாண்டமாய் வியாபிக்கின்றான்

பஞ்ச பூதங்களின் வல்லபம் அனைத்தும்
ஆயுதமாகக்
கைகள் பதினாறிலும் மிளிர
விசிறி எறிகிறான்
நாலாபுறமும்

பசியெடுக்கும் போதெல்லாம்
உலகதிர
ஓங்காரமிட்டு எழுந்து நடக்கிறான்
காலடித் தடங்கள் ஒவ்வொன்றுள்ளும்
மூடுண்டு போகின்றன
பெரு நகரங்கள்

அசுரன்
மேய்ந்தவை போக
எஞ்சிய வேர்க்கட்டைகளிலிருந்து
மீளமீளத் துளிர்க்கின்றன
மனிதத் தளிர்கள்

ஒருவரை ஒருவர் தேடி
இருளைத் துளாவுகிற உளைச்சல்
விழித்துக்கொள்கிறேன்

✦✦✦

இளவேனில் 2004

நீர் விளிம்பின் ஓரம்

மழை
நிரவித் ததும்பும் என் மனக்குளம்
நாலு புறமிருந்தும்
வண்டல் வெடிலொடு பாய்கிறது
புதுப்புனல்

நீர் உயரக் குறி உயரும்
நிமிர்ந்தெழுந்த குறியின் நுனியில்
மொட்டவிழும்
ஆம்பல்

புது வெள்ளப் பாய்ச்சல்
மகிழ்வில் துள்ளி வீழும்
மீன்கள்
நீர் வற்றி
வான் பார்த்துக்கிடந்த நேற்றைய பொழுதில்
அடிச்சேறு மேலெழும்ப
கலக்கி
முகர்ந்து சென்ற எருமைகளின் துர்நாற்றம்;
முற்றாய் அழியவில்லை
மனசிருந்து
நீர் விளிம்பின் ஓரம்
பாறி வீழ்ந்து கிடக்கின்றது
பெருமரம்
நீரின் போக்கில் நெடுத்து அலைகிறது
கிளைகளோடு இலைக்கூந்தல்

எப்போ வருமோர் உறுமீன்?
கொம்பரிலே கண்துஞ்சக் காத்திருக்கு
நீர்க்காகம்

முன்னொரு காலை இப்படித்தான் இழந்தேன்
ஒரு நீர்க்காக்கையிடம்
அவளை

✦✦✦

***இளவேனில்* 2004**

காலம் சப்பிய கனவுகள்

தோளிலே கைபோட்டபடி
இனிய நண்பன்போல் குந்தியிருந்து
என் கனவுகளைச்
சப்பிச்சப்பிச் சுவைக்கிறது
காலப் பெருவிலங்கு

நீளத் தொங்கும் நாவிலிருந்து
சொட்டுகிறது
என் கனவுக் குஞ்சின் இளங்குருதி
அவற்றின் மரண ஓலங்களில்
இரைந்தபடி கிடக்கிறது
செவி

இன்னும் உயிர்ப்பாயிருக்கிறது
எனக்குள்
அவை உயிர்விட்ட கணங்களும்
நான்பட்ட வடுக்களும்
இழந்தேன் பலவற்றை
காலத்தின் உக்கிரத்திற்குக் காவு கொடுத்ததை
இனி எங்ஙனம் மீட்டெடுப்பது

இப்பொழுதெல்லாம்
மீந்திருப்பதில் ஒன்றையாவது
பாதுகாக்கத் துடிக்கிற போராட்டம்

எப்போது முகிழ்க்கும் ஒரு கனவென்று
நாவில் நீர் சொட்ட
என்முன் காத்திருக்கிறது
காலம்

✦✦✦

முதுவேனில் 2006

நெருப்பு

கருமை பாதி; துயரம் மீதி
கண்ணீரில் கலந்து அப்பிக் கிடக்கிறது
வானம்

காலத்தின் முகத்தில் சித்தப்பிரமையின்
சின்னங்கள்

ஆங்காங்கே சிக்குண்ட முகிலின்
தூவல்கள்

சடங்கின் உச்சம்
இரவிரவாக ஆடிய களரிக் கூத்தின்
நினைவு

இறகுகள் உதிர்க்கும் மரம்
இணையொடு நழுவும் பறவை

காமுறு பெட்டையைத் தொடரும் கடுவன்
சாயலில் சுற்றிச்சுற்றி அலைகிறது
காற்று
சருகுகளோடு

மேற்கில் சிவப்பில் சிறு பொட்டு
கொல்லப்பட்டது சூரியனாயிருக்கலாம்

முக்காடு போட்டபடி மூலையில் தோன்றும்
பிறை நிலவு
இன்றில்லை
இனந்தெரியாதோரால் இழுத்துச் செல்லப்பட்டிருப்பாள்
காலையில்
பிணம்

ஒரு பறவையின் சிறு சுவடு
அல்லது
காற்றில் துணைக்கென இணைக்குரல்
ஏதுமற்ற வெறுமை

எஞ்சியிருப்பதெல்லாம்
வானுயர் கட்டடங்கள்
இராட்சத எந்திரப் பேரிரைச்சல்
மற்றும்
பேச்சளவில் மனிதர்

துருவக் குளிரில்
தனிமைச் சுழிக்குள் உழல்கிறேன்

2

சப்பித் துப்பியது கடல்
எறிந்து தீர்த்தது காற்று
கனவில் மிதந்த இரவில்
மீதத்தை விழுங்கியது
நிலம்

இரத்த வெடில் அடங்காப் பூமி
தகிக்கிறது
இனந்தெரியாதோர் கை இரும்புகள் தின்பதற்குக்
கணக்கு
யாரிடம் கேட்பது?

கல்யாணி ராகத்து மகிழ்ச்சிப் பிரவாகத்தில்
இசைகிறது
மரணத்தின் பாடல்
கண்மூடி
தொடையதிரத் தாளமிட்டு
சபாஷ் சொல்லி
ரசிக்கும் கோமாளிகளை எங்ஙனம் விழிப்பது?

3.

கூத்துக் களரியில்
ஒலிக்கிறது
கடைக் காத்தா*னின் வரவுப் பாடல்

எந்த மந்திர உச்சாடனத்திற்கும்
அடிபணியாத் தேவதையை
அடக்கிவிடுகிற ஆவேசத்தோடு
வேடம் கட்டிய இராசன்
மீண்டும்
சிங்க ஆசனமேறுகிறான்

வெற்றிலைமேல் தடவிய வசியப்பொடியில்
முழு வெப்பம்
வாடிக் கருகி நீறாகிறது இலை
மூக்கில் உறைக்கிறது அகில் தூபம்

உதடுகள் நடுநடுங்க
ஒருமுகப்பட்ட மந்திர உச்சாடனம்

நீறிலிருந்து திமிறி எழுகிறாள்
துர்தேவதை

உரு
உச்சங் கொள்கிறது

நாலாதிசையும் காற்றில் விரிசடை
விழியில் மொழியில் தீயின் கனலில்

நீண்டு தொங்குகிறது செந்நாவு
மீளமீளக் கேட்கிறாள் பலி
நரபலி

உடுக்கொலியிடையே பிற்பாட்டுக்காரரின்
ஜய கோஷங்கள் ஒருபுறம்
ஆக்ரோஷங்கள் மறுபுறம்

வாயிற்படி தோறும்
மடிப்பிச்சைக்காரர்களின் முரட்டு விழிகள்

---

* 'காத்தவராஜன்' ஆடப்படும் கூத்து வடிவம். இதில் முதற் காத்தான், இடைக் காத்தான், கடைக் காத்தான் என பருவத்துக்கேற்ப மூவர் வேசம் கட்டுவர்.

184 சிறு புள் மனம்

4.

திரை விழுகிறது

விழியில் நெடுத்த பாழ் வெளி
மனசில் துயர மொழி

முற்றிச் சுடர்ந்தெரிந்த சோலைவனம்
உதிர்ந்து
தீய்ந்த தீவட்டித் தலைகளாய்
நீட்டிக் கிடக்கிறது
எப்போது வரும்

இனி மழை நாள்?

✦✦✦

முதுவேனில் 2004

இஃதோர் இனிய மாலை

அமைதிப் பொழுது
கொடும் பகல் காறி உமிழ்ந்த எச்சம்
மண் மீதும்
மலைகளின் மீதும்

இலையுதிர்த்த மரஞ்செடி கொடிகள் மீதும்
மைம்மல் படிகிறது

இனிவரும் இருள்
எதுவும் நிகழலாம்
ஆழ்ந்த உறக்கம்
அன்றில்
நடுநிசியில் தூக்கம் கலைந்து பதகளித்தோடல்
வெள்ளி காலிக்கும் வரையில் விழித்திருத்தல்
எல்லாமே சாத்தியம்

இவ்விரண்டுக்குமிடையில்
இஃதோர் இனியமாலை
கசந்த சுவடுகளையும்
கண்ணீர்க் கரிப்பையும் புறந்தள்ளி
சுகிப்போம்

ஊற்றுங்கள் கிண்ணங்களில்
செம்மதுவை

✦ ✦ ✦

இளவேனில் 2004

கால் முளைத்த மரம்

நெடுநாள் கழிந்து
டொன் ஆற்றங்கரையோரம் நடந்தேன்

சிறு மழைக்கான ஆரவாரங்களோடு
மெல்ல வீழ்ந்தமிழ்கிறது
மாலை

பேசிக்கொண்டிருந்தன
மரங்களும் பறவைகளும்

காதற்களி கொண்டலைந்த காலத்து இரவில்
சீட்டி ஒலித்து நடந்த நினைவொடு
காதிற்கினிதாயிருந்தது
மரங்களின் குரல்

தன் தோள்களை உயர்த்தியும்
கிளைகளை அசைத்தும்
இலைகளால் நகைத்தும்
உடல் மொழியால்
தன் பேச்சுக்கு மெருகூட்டியது
மரம்

தொலைவிருந்து
சற்று முன்தான் அடைந்தன போலும்
குருவிகள்
மரங்களோடு பறைந்தன
கிசுகிசுக் குரலில்

நான் பறவைகளிடம் பாடம் கேட்டேன்
ஒரு சில நாட்கள்
வசப்பட்டுப் போயிற்று
மரங்களின் மொழி

என் பிரியத்தைச் சொன்னேன்
மரங்களுக்கு
ஒருகணம் சிலிர்த்து
சொரிந்தன
மலர்களும் தேனும்

நாட்கள் கழிய
கிளைகளும் நுனிகளில் முகையும்
அரும்பும் துளிரும் விரியத் தொடங்கின
என்னுள்

அதிர்ந்தே போனேன்
காலையில் எழுந்தபோது
மொட்டவிழ்த்திருந்தன
பூக்கள்
பூக்களில் தேன் சிட்டுகள்

இனி
தொடரும் பறவைகள் பாடல்

✦ ✦ ✦

இளவேனில் 2006

கானலில் வாழ்தல்

காற்றில் முகில் தூவல்
கடலில் அலைத் துண்டு
அடவியில் அலையும் குழுவன்
வேனிலைப் பாடும் குருவி

இப்படிக் காலமொன்றிருந்தது
எனக்கு

சலிப்பின் கசப்பு
காறி உமிழ்ந்தேன்
கழிந்த வாழ்வின் மூஞ்சியில் கசடு.

புதிதாய் எனக்குள் எழுந்தது
வண்ணத்துப் பூச்சிக் கனவுகள்
சிறகுகள் மீதில் பிறந்தது
ஆவல்

கூட்டுப் புழுவானேன்

சுற்றிலும் முள்வேலியடைத்து
உயர அரணெழுப்பி
எனக்கான விலங்கினுள் நானே புகுந்து
உள்ளொடுக்கினேன்
எனை

மாயப்பொடிவீசி
ஒரு தேவதையை மடக்கி
வாயிலில் காவலிட்டேன்

காலம் தசாப்தங்களாயின
கானல் வெப்பம்
முளைவிடும் கனவுகள் ஒவ்வொன்றும்
துளிரிலே பொசுங்கிற்று
புழுக்கந் தாளாது அகம் வெதும்ப
உடல் அசைந்தது; விழி திறந்தது;
ஒளி பொசிந்தது

விழி வெளிவழியில் கண்டேன்
கண்டறியாதன கண்டேன்
அவள் திருக்கோலம்
கொடுங்கோலம்

நெடுத்த கடைப்பற்கள் வழி சொட்டும் குருதியும்
விரிசடை மேல்துருத்தி மேலெழுந்த கொம்புகளும்
முடைநாற்றமும்
வீசமுறைத்து விழித்தாள்
என் காவல் தேவதை

செவியதிர
எக்காளப் பேரொலியோடு
அவள் முகத்திலிருந்து குறிவைத்துப் பாய்ந்தன
இரண்டு
முகவெள்ளைப் பருந்து

இறுகப்பற்றிக் கால்களுக்குள்
நெரித்து
இறகிறகாகப் பிடுங்கி
பொச்சமிட்டுச் சுவைக்க
துடிதுடித்து உயிர் விட்டது
என்
புதியதொரு கனவுக் குஞ்சு

வெதும்பி ஒடுங்கி
புழுவானேன்
கூட்டுக்குள்
மீள

✦✦✦

இலையுதிர் காலம் 2006

மண் ஊன்

கெட்டியாய் இராதே ஒடிந்து போவாய்
என்றான் ஒருவன்
ஒரு மாறுதலுக்காக
சிறு திவலை நீரானேன்

உறை குளிர் நாள் வந்தது
விறைத்து
உருமாறி
கெட்டிப் பனியானேன்

இளவேனில் தொடங்க
சிறு வெப்பக் காற்றெழுந்தது

மீள
உடல் உருகியுருகி வழிந்தேன்
மண்ணில்
ஆழக் கீழ் இறங்க
எழுந்தது அசுரப் பேரொலி
நடுங்கிற்று அண்டம்

மனிதக் கவிச்சி முகர்ந்து
விழுங்க முனையும் பசிகொள் மிருகத்தின்
அடிவயிற்றொலியென உணர்ந்தேன்
அதிர்ந்தேன்; அந்தக்கணத்தில் எழுந்தேன்

குதிகால் பிடரியில் அடிபட
முது மரத்தின்
வேரில் நுழைந்து
பெருமரக் கொம்பர் வழி நடந்து
இலைகளினூடு விரிந்தேன்

வெளியில்
நெருப்புக்கொள்ளி கொண்டு
சுட்டுப் பொசுக்கினான் சூரியன்
புழுவாய்த் துடித்து
முகிலாய் ஓடிந்து வீழ்ந்தேன்
கடலில்

நீரின் அடி ஆழத்தில்
நெருப்பு விழிகளுடன்
அலைந்துகொன்டிருக்கிறது விலங்கு
அஃதே ஒலி
கொலை வெறி
பூமிப்பெரு மிருகம் என உணர்ந்தேன்

தாயே சொல்!
மனிதரைப் பலிகொள் அசுரப் பசியேன்?

வினாவுதற்கிடையில்
அள்ளி எறிந்தது அலை
அதிசயக் கணத்தில் பிழைத்தேன்
எனவோர் நினைப்பு

வெளியில் மண்ணின் வயிற்றை
உறிஞ்சி
தமக்கான பொறியைச்
சமைத்துக்கொண்டிருக்கிறார்கள்
மனிதர்

டயர்களின் மேல் எழுகிறது புகை
என் மூக்கில்
மண் ஊன் நெடி

✦✦✦

முதுவேனில் **2007**

வெட்டுப் பலி

மந்திரங்கள்
கட்டுதற்குத் தொண்ணூற்றொன்பது
வெட்டுதற்கு நூறாம்

காடேறி
சுடலை மாடன்
கரையாக்கன்
கல்யாண வைரவன்
மோகினி
பிடாரி
பேச்சி
குறளி முதலாய தேவதைகள்
சன்னதங்கொண்டு ஆடத் தொடங்கிற்று
சடங்கு

தேவாங்கு மூத்திரத்தில் மந்திரித்தெடுத்த
கோலோகொண்டு
ஆடும் துர்தேவதைகளை வசியம் பண்ணி
வழி நடத்துகிறான்
பூசாரி
செம்பட்டு உத்தரியம் மாரில் பளபளக்க

விரித்த மடிக் கத்தியை
மணிக்கட்டில் அழுத்தி
கட்டும் மந்திரங்களை உச்சாடனம் செய்து
ரத்தப்பலி தருகிறேன் வா
என ஏய்த்து
ஆவேசங்கொண்டு ஆடும் தெய்வங்களை
மந்திரத்தால் கட்டி
வீழ்த்தி
ஆசானுக்குச் சவால் விடுகிறான்
மந்திரவாதி

இவன் வெட்ட
அவன் கட்ட
கட்டுதலும் வெட்டுதலும் தொடர
தேசிப்பிஞ்சுகளும் குரும்பை இளநீரும்
ஏராளம் ஏராளம்
வெட்டுப் பலியாச்சு

சோலைத் தோப்புகள்
ஊர் ஒழுங்கையெல்லாம் வெறுமை படர்கிறது
தூக்கிய காவடியை இறக்கமுடியாத் தவிப்பில்
தொடர்கிறது வீர சாகஸம்

கழிகிறது காலம்

பக்த கோடிகளின் அரோஹர கோசங்களுக்கிடையே
உருக்கொண்டாள்
புதிய தேவதை
நெடுநிலம் ஐந்தும்; பெருங்கடல் ஏழும்
தாண்டி
தொலைதூர மேற்கிருந்து வந்தவள்

நீ கட்டு – நீ வெட்டு
எதற்கும் பணியேன் நான்
ஆவேசம் கொள்கிறாள்
தேவதை

மனஞ்சோராப் பெருமுயற்சி பலனற்றுப்
போயிற்று
எஞ்சிற்று சலிப்பு
இனி ஆபத்துக்குப் பாவமில்லை
என்றுணர்ந்தாயிற்று
இப்போ
இருவர் முயற்சியும் ஒன்று:
புதியவளுக்குப்
போக்குக் காட்டித் துரத்தியாயிற்று
மீளத்தொடர்கிறது

சிறு புள் மனம்

மந்திர தந்திரமும்
மாய விளையாட்டும்

நேற்றுப் பெய்த சிறுமழையில்
சோலை வளவெல்லாம்
காய் கண்ணி கட்டிற்று

அடித்து உலுப்பிப் பறிக்கிறார்கள்
தேசிப் பிஞ்சுகள்
குரும்பை இளநீர்
கொழுந்து வெற்றிலை

குவிகிறது வெட்டுப்பலி

✦ ✦ ✦

முதுவேனில் 2005

மறு

முதலில் நாவைப் பிடுங்கி எறி
பின்
கொம்பர்களை ஒவ்வொன்றாய் நறுக்கு
அடியைக் கோடரி கொண்டு தறி
வேரிலிருந்து முளை எழக் கூடும்
தோண்டு
அகப்பட்டதை எல்லாம் அப்புறப்படுத்து
எங்காவது ஆழப் புதைந்திருக்கும்
மீதி

உள்ளே விறகினைப் போடு
தீமூட்டு

ஊரிலெனில் எல்லாம் எளிது
ஒரு கைக்குண்டு
அல்லது
சிறு துப்பாக்கி போதும்
போட்டுத் தள்ளியிருக்கலாம்

இங்கு ..?
தேர்ந்ததோர் பாடகனின் ஆலாபனைபோல
மிகமிக அழகாய்
மிகமிக இயல்பாய்
நிகழ்கிறது
மனிதனைப் பிறிதொரு மனிதன் வீழ்த்தும் கலை

இது
போரின் பின்
விளைவு
விடு
தலையின்
மறு
முகம்

✦✦✦

இளவேனில் 2004

எரிந்த இரவு

நடுவைத் தாண்டுகிறது
இரவு
உறக்கத்தின் ஆழ்ந்த மூச்சொலி
கடிகார முட்களின் துடிப்பொலி
கலைகிறது நிசப்தம்
உன் நாசியின் வெப்பக் காற்று
கன்னத்தில் உறைக்கிற தூரத்தில்
நான்
விழி கிறங்கி
மொழி கனிந்து
குழைந்துகொண்டிருந்தாய்
சிறு மழையின் தூற்றலென
முற்றிக் கனிந்த உடலின்
எல்லாக் குறிப்புணர்த்தலும் புரிகிறது
ஒரு மெல்லிய தீண்டல்
இதழ்களில் ஒரு சிறு முத்தம் போதும்
பற்றி எரிய
கூண்டுக்குள் அடைபட்ட மிருகம் ஒன்றென
சுற்றிச் சுற்றி வருகிறது மனசு
இருந்தும்
தவங்காத்துக் கிடக்கிறேன்
காலம் என் கன்னத்தில் நரைப்பூவை
எறிந்து ஓடுகிறது
இன்று
எங்கோ ஓர் மூலையில் மீந்திருந்து
என் உடலைச் சப்பித் தின்கிறது
நினைவு

✦✦✦

இளவேனில் 2004

நினைவுலர்த்தல்

காடெல்லாம் தீ பூத்த வண்ணம்
உதிரும் காலம்
காமத்தீயழகு
மண்ணின் மீதில்
நெகிழ்ந்து அவிழ்ந்தது வான்
ஆயிரமாயிரம் விரல்களின் தழுவல்
மகிழ்ந்து பெய்தது மழை
ஈரம் சொட்ட மரத்திலிருந்து இறங்கும்
ஒவ்வொரு இலையும்
விடலைப் பெண்ணின் நாணங் கலந்த
சிவப்பு முகம்
கூடத்துக் கணப்பியிலே தீமூட்டி
குளிர் காய்ந்து கிடக்கிறேன்
ஈரஞ்சொட்ட
என் நினைவிறகுகளை ஒவ்வொன்றாய்க் கோதி
சிறகுலர்த்துகிறது மனப்பட்சி
இப்பொழுது
என் மனவெளியடங்கலும் வெப்பத் தகிப்பு
மெல்ல உள் இறங்குகிறது
ஒரு மிடறுமது
நெருங்கிப் புதைந்த ஆழ்மனப் படிவுகளின்
சிடுக்குமுடுக்குகள் அடங்கலும்
பொறி கிளர்த்தி
கொழுந்தெறிந்து வியாபிக்கிறது
தீ
நெடுத்துப் பரந்து விரிகிறது
இரவு
காலையில்
கணப்பியினுள்ளே தீ தணிந்து
எஞ்சியிருக்கிறது சாம்பர்
வெளியில்
பெருங்கலவிப் பூரிப்பு
அம்மணமாய் விரிந்து கிடக்கிறது
நிலம்

✦✦✦

இலையுதிர் காலம் 2006

காயம் பட்ட நிலம்

சல்லடையெனப் பொத்தல் விழுந்த
கூரை
கீழே நிலம்
துவண்டு கிடக்கிறது
தெருப்பிச்சைக்காரியின் தோற்றத்தில்

கோதுடைத்து
தோலோடு வெளிவரும் சிறுகுஞ்சுச் சூரியன்
சிறிதுசிறிதாய்
இறகு முளைக்கத் தொடங்குகிறது
சிவப்பும் மஞ்சளுமாக

சூரியன் குஞ்சு எனில் காலம் பிஞ்சு
பூமி அழகு; கிளிக்குஞ்சு
இளவேனில்

2.

முன்னொரு நாளில் காலங்கள் ஆறும்
கவிதை
மரபில் கவிதை
யாப்பின் எல்லைகளை மீறாது
எழும் ஒலிநயம் போல்
சந்தம் பிசகாது
காலம் மாறிமாறி வரும்
அழகு ஊறியூறி எழும்

இன்று
எல்லாமே புதிது
கோடை என்றும் பாராது
வானம் உடைப்பெடுக்க
வெள்ளம் வான் பாயும்

மாரியிலே வெயில் நெருப்பொழுகும்
ஊர் பொசுங்கி நாறும்
புழுக்கம் தாளாது பூமி அடிக்கடி புரளும்
கண்ணீர் விட்டழும்
ஊரெல்லாம் வெள்ளத்தில் மூழ்கும்
அடிவயிற்றிருந்து ஆழ நெடுமூச்செழ
காடுகள் பற்றி எரியும்
நாட்கணக்காய்

சிலசமயம் கோபம் தாளாது
நாநீட்டிக் காறி உமிழும் கடல்
மனிதப் பதரே
செத்தொழிந்து போ!

சாபமிடும்.

3.

நேற்று முழுவதும் வெயில்
உருகியுருகி ஒழுகிற்று

என் வீட்டின்
பின்முற்றத் தோட்டத்தில்
விடலைக் குருவியிரண்டு
வியர்வை குளித்துச் சுள்ளி பொறுக்கி
இணக்கிற்று
சிறு கூடு

இன்று
வானம் உடைந்து கொட்டிற்று
பாட்டம் பாட்டமாய்க் கொடுமழை
சுழித்தெழுந்த பேய்க்காற்றில்
கைப்பிடியளவு கூடு
குலைந்தது

என் அறையின்
சன்னல் ஓர வெளிப்புறத் திட்டில்
குடகிக் கிடக்கின்றன குருவி இரண்டும்
துயர் சொட்ட

வியர்வையில் மண் குழைத்து
கல்லில் எழுப்பி
ஓடு வேய்ந்த
என் சிறு குடிலைத்
துளிப் பொழுதில் திருகி எறிந்தது
போர்

பனியிடை வீழ்ந்து நனவிடை தோய்ந்தேன்
பாழும் போரை வைதது
மனசு

4.

கடலில் நஞ்சு; ஆற்றில் நஞ்சு; காற்றில் நஞ்சு
பூமி அடங்கலும் போரின் நஞ்சு
உணவில் நஞ்சு; உடலில் நஞ்சு; நீரில் நஞ்சு;
நினைவும் நஞ்சு
நச்சு நிலம்; நச்சு மனிதர்

நீலம் பாரித்து
காயம்பட்டுக் கிடக்கிறது பூமி

✦✦✦

இலையுதிர் காலம் 2007

அம்மா

முலை கௌவிப் பொச்சடித்துச் சுவைக்கிறது
குழந்தை
தாயின் முகத்தில் லயித்தபடி
சின்ன விழிகள்

ஊன் உருக்கி
உருகிக் கிறங்கக் கிடக்கிறாள்
குழந்தையின் தீராத முகத்தை
பார்த்தபடி

என் விழிக்குள்
மேலே அகன்ற வானம்
கீழே பரந்த பூமி.

✦ ✦ ✦

முதுவேனில் 2004

நாகர்கோவில் 1985

நடுப்பகல்
மண்ணின் முலையில்
அலை தீண்டி ஊடல் புரியும்
கடலும்
சிறு குட்டை
குளங்களை நிறைத்துச் சிரித்த
ஆம்பல் பூக்களும்
நீருக்கு வெளியே வேர் நீட்டி மூச்செடுத்த
சதுப்பு நிலத் தாவரங்களும்
மனிதரும் அலற
அதிர்ந்தது நாகர்கோவில்
நாகர்கோவில் மத்திய பள்ளியில்
அறுகில் நெய்த
வெண்மணல் விரிப்பில்
மழை நாட்காலைத் தம்பலப் பூச்சிகளாய்
ஓடியாடிய பாலகர் இரத்தம்
மண்ணில் உறைந்தது.
நம்பிக்கைகள் கற்பனைகளோடு புணர
சுமந்துபெற்ற கனவுகளையும்
நாளைய வாழ்வறியாப் பள்ளிப் பாலகரின்
வெள்ளைச் சிரிப்பையும்
மண்ணின் நம்பிக்கை வித்துகளையும்
கணப் பொழுதில்
தசைப் பிண்டங்களாய்க் குலைத்துப் போட்டது
இரும்புப் பறவை
இருந்து பார்
என்றோ ஒரு நாளில் புலரும் காலை
கடல் நிலம் மரம் செடி கொடி
அனைத்தும் காற்றில்
சுதந்திரப்பா இசைக்கும்
அங்கே காண்பாய்
புற்களின் நுனியில் பூத்திருப்பர்
இவர்கள்

✦✦✦

இலையுதிர் காலம் 1995

முள் வேலி – 1

வானத்தின் தொலைதூர மூலையில்
மின்னும் நட்சத்திரங்களிடை துருதுருக்கிறது
நகரும் விமானம்.
இருளைக் கிழித்துக் கண்ணில் விரியும்
வழிப்போக்கனின் பீடிச் சிறு நெருப்பு
மனசை உறுத்துகிறது.
துளி உறைமோரில் திரைந்து போகிறது
ஒரு குடம் பால்.
ஆழ்ந்த அமைதியின் மேல் மீளமீள அறைகிறது
கடிகாரத்தின் சிற்றொலி.
சுவரின் ஓரத்தில்
நெடுநேரம் காத்திருந்த பல்லியை
ஏய்த்துவிடுகிறது
சிறு புள்ளி இரை.
என் மனசு மகிழ்ந்து விரியும் கணங்களில்
சடுதியில் புகுந்து அழித்துவிட்டுப் போகிறது
சிறு துயர்
எப்படியோ
எப்போதும்

✦ ✦ ✦

முதுவேனில் 2005

அற்றைப் பொழுதில்

ஒய்யாரக் கொண்டையிலே செம்பவளச் சிவப்பு
வங்கக் கடலில் முக்குளித்தாயா?
சிங்காரத் தோகையிலே கருக்கிருட்டு நீலம்
எங்கே களவெடுத்தாய் இதை?
கண்ணுக்குள்
வெட்டி நிமிர்கின்ற பெருமின்னல் கீற்று
ஒளியைச் சிறையிட்டு ஒளித்துவைக்கும்
கலையை
எவளிடம் நீ கற்றறிந்தாய்?
இந்த இளங்காலைப் போதில்
தத்தித்திரிந்து சிறுநடை பயிலுகின்றாய்
முன்னைப் பெருநினைவு
மூச்சு முட்ட எழும்
இன்று
என் சிந்தை நொறுங்கித்
துகள்துகளாய்ப் போயிற்று
உடல் மதமதத்து
மயிர்க்கால் அரும்பி
தினவெடுத்துத் திரிந்த
அற்றைப் பொழுதில்
அக்கண் வீச்சில்
மின்னல் கீற்றெறிந்து நின்றாள்
உன்னைப் போல்.
வீழ்ந்தேன் நான்
பின்னாளில்

அவள் போனது எங்கே? ஆனது எங்ஙனம்?
அறிந்திலர் யாரும்
பயிற்சி முகாம்கள்
சிறைக் கூடத்து வாயில்கள்
நிலத்தோட்டைக் கீறி
மேலெழுந்த உடற்கூட்டுத் தடயங்கள்
மாவீரர் மற்றும் துரோகிப் பட்டியல்
என
காத்திருப்பில் பூஞ்சை படர்ந்து
நினைவழிந்து போன
நினைவழியா நாட்கள்
ஏய்! சின்னக்குருவி நீ
மீள
நினைவு உழுதாய்
உள்ளது சொல்
என் சகியைக் கண்டாயா?

✦ ✦ ✦

இளவேனில் 2004

உயிர்த்தீ

துர்மரணச் செய்தியில்லாத காலையன்றில்
விழித்தெழுந்து நெடுநாளாயிற்று
சமாதானத்துக்கானதே
யுத்தங்கள்
வாழ்தலின் நிகழ்தகவுகளே சாவுகள்
சொல்லிக்கொள்கிறார்கள்
வலியோர்
இரத்த வெறியடங்காக் கானற்புலத்திருந்து
சுமந்தேன் உயிர்த் துளியைக்
கூதல் புலத்திற்கு
வாழுதல் அன்றேல் மாளுதல்
அஃதே குறி
அன்று
அணைய விழையும் பொறி நெருப்பை
ஊதியூதி
உசுப்பேற்றி
தீ வளர்க்கும் முயல்வில் தீர்ந்து போயிற்று
நெடுநாள்
அட்டைகள் வடிவில் நாலாபுறமிருந்தும் கடித்து
உறிஞ்சிக் குடித்துக்
கொழுக்கிறது
புதுப்புலம்
ஒளிகூட்டி வழிகாட்டி நடந்தவரெல்லாம்
உயிர்ச்சுடர் அணைந்து
செய்மதிகளாகி
விசையின்றி உழலத் தொடங்கிய பின்
நான்?
சிறு தூசு
உழன்றுகொண்டிருக்கிறேன்

புகைந்து மெல்ல அவிகிறது
உயிர்த்தீ
இன்னும்
எஞ்சியிருப்பது அழிதல் ஒன்றே
அதற்கு முன்
கரிக்கட்டை போலிருக்கும் வாழ்வெச்சத்தின்
மையப்புள்ளியில்
மீந்திருக்கும் தணப்பத்திலிருந்து
சிறிதும் எழாதா பொறி நெருப்பு?
ஓடிக் கழிகிறது காலம்

✦ ✦ ✦

இலையுதிர் காலம் 2006

இருள்-யாழி

நெடுத்துத் திரண்ட தடந்தோள்
விரிந்த மார்பு
இரண்டு கால்களில் தொங்கி நிற்கும்
யாழி
அப்பிக்கிடக்கிறது இருள்
இன்று வலிய இரவு
தூக்கமிழந்து
தனித்திருக்கும் எனக்குத் துணையாக
துண்டு நிலவு
தேம்பித்தேம்பி அழும் நிலவுக்குத் துணையாக
நான்
கூடாரமடித்துக் குந்திவிட்டான்
யமன்
எட்டுத்திக்குப் பாலகர்
மற்றும் பரிவாரங்கள் புடைசூழ
மரமுதிர்ந்து உலர்ந்த சருகுகளிடையே
நடுநிசி அரவச் சரசரப்பு
அச்சமூட்டுகிறது
இருட்டினிடையே
ஒளிரும் கொள்ளிக் கண்களுடன் விரைகிறான்
தங்கு வேட்டைக்காரன்
எத்தனை நாள் காத்திருப்போ
அவன்
தோளில் கனக்கிறது பிணம்
இளஞ்சூட்டுக் குருதி சொட்டச்
சொட்ட
நெடுநாள் பசித்திருந்த தேசத்து விலங்குகள்
விருந்தின் வெடிலில் மோப்பம் பிடித்து
ஆர்ப்பரிக்கின்றன

இருளின் கொடூர ராச்சியம்
புலர்வின்
அசுமாத்தம் ஏதும் இல்லை
நம்பிக்கை சொல்வதற்கு
நிலவுக்கும் திராணியில்லை
தூரக்காற்றில் மெல்ல எழுந்து
என்னை வருத்துகிறது
குழந்தையின் பிஞ்சுக் குரல்

✦ ✦ ✦

முதுவேனில் 2006

கடற்கோள் – 2

பேரிருளில் மூடுண்டு கிடக்கிறேன்
காற்றின் திசையெல்லாம் ஒப்பாரி
ஓலம்
தொண்டைக் குழிக்குள்
சிக்குண்டு போயின வார்த்தைகள்
அச்சத்தில் உறைந்து இறுகி
குழிக்குள் விழிகள்
பெருமலை ஒன்றின் சுமையென
நெஞ்சு கனத்த துயர்
எங்ஙனம் சொல்வேன்?
கடலோடி வந்து மீன்குவித்த கரையெல்லாம்
மனிதக் குஞ்சுகளின் பிணம்
குவிந்து கிடக்கிறது
ஒவ்வொன்றாய்ப் புரட்டிப் புரட்டித் தேடுகிறோம்
யாரை யார் தேடுவது?
போருக்குள் பொத்தி எஞ்சியதை எல்லாம்
கணப்பொழுதில் கடலுக்கு காவுக் கொடுத்தாயிற்று
இன்னும் எதைத் தேடுகிறாய்?
உயரக்குரலில் யாரோ அழைப்பது போலிருக்கிறது
பதில்:
கடலிடமும் இல்லை
என்னிடமும் இல்லை.

✦ ✦ ✦

டிசெம்பர் 27, 2004

சலித்திருத்தல்

சலனமற்றுக் கிடக்கும் வான்முகட்டை
வளைய வளைய வருகிறது
ஒற்றைப் பறவை
எதிர்வீட்டுச் சன்னல் ஓரத்தில்
தினமும் வீதியையே வெறித்தபடி
கண் துஞ்சக் கிடக்கின்றாள்
மூதாட்டி
கழுவித் துடைத்துவிட்டதுபோல்
ஒழுங்கைகள்
தூய்மையாய் இருப்பது ஊருக்கழகு
இருந்தாலும்
ஓடியாடி விளையாட
ஒரு குஞ்சுகுருமான்கூட இல்லாத
வெறுமை
மனசைப் பிசைகிறது
முடிவு தெரிந்த
தமிழ் சினிமாவொன்றை
எத்தனை தடவைதான் மீளமீளப் பார்ப்பது?
போர்
போருக்கான சமாதானம்
சமாதானத்துக்கான போர்
பேச்சுவார்த்தை
பேச்சுவார்த்தைக்கான பேச்சுவார்த்தையென
மாற்றிமாற்றித் தொடரும் செய்திகளை
எப்படித்தான் சுகிக்கிறார்களோ
இந்த மக்கள்?

✦✦✦

முதுவேனில் 2004

போர் அரசன்
அல்லது
பிள்ளையார் பிடிக்கக் குரங்கான காதை

சங்காரங்களை நிகழ்த்தி
அசுர வதஞ்செய்து
தேவர்களைக் காத்தருளிய புனைவுகளோடு
கோவில்கள் தோறும் எழுந்தருளிய
பெருந் தெய்வங்கள்
ஆட்டுக்கிடாய்க்கும் விடலைச் சேவலுக்கும்
சாராயத்துக்கும்
அருள்வாக்குச் சொன்ன சிறு தெய்வங்கள்
குடிக்குக் குடி
விளக்கு வைத்து; பொங்கலிட்டு ஆதரிக்க
குலங்காத்த தேவதைகள்
முதலாய
எம் மூதாதையரால் எழுதப்பட்ட
அனைத்துக் கடவுளராலும் கைவிடப்பட்டது
என் தேசம்
நம்பிக்கை இழந்த மனிதர் புதிய போர்த்
தெய்வத்தை
எழுதத் தொடங்கினர்
நானே ரட்சகன் என்றெழுந்தவர் பொருதி மாண்டவர்
போக; எஞ்சிய ஒருவனின் சூக்கும உடலில் பதினாறு
கைகளை வரைந்தனர்
முதலில்
கொடிய விலங்குகளின் தோல் உரியில்
நகலெடுத்து
காலத்திற்கேற்ப ஆடை அணிகளைச் சாத்தினர்
அதன்மேல்
திரிசூலம்; வேலாயுதம்; சங்கு சக்கரம்
அங்குசம்; அரிவாள் அனைத்தும் பழசுகள்
விலக்கி

நவீனரகத் துவக்குகளை எழுதினர்
கைகளில்
அரவு மாலைக்குப் பதில்
சயனயிட் குப்பி
நிலத்தின் கீழ் கருவறை
பள்ளிகொண்டார் கடவுள்
கடவுளை எழுதி முடித்த களைப்பில்
கண்களை மூடி ஐயன் புகழைப்
பாடினர்; பரவினர்; பணிந்தார் மக்காள்
நெடுத்து
விரிந்தது காலம்
பட்டி பட்டியாய்ச் சந்ததி குறுகிற்று
பள்ளிக்குப் போன பாலகர்
மீண்டிலர்
சங்காரம் மட்டும் நிகழ்ந்தபாடில்லை
விழித்தார் மனிதர்
ஓடினர்; தாங்கள் வரைந்த கடவுளின்
கருவறை நாடி
கண்டதும் அதிர்ந்தார்; ஓடிந்தார்
பதுங்கு குழிக்குள் பிஞ்சு மண்டை ஓடுகளை
என்புகளில் சொருகி
இணக்கிய பலிபீடத்தின் மேல்
வேட்டைப்பற்களில் குருதி சொட்ட
புதிதாய்க் கௌவிய பாலன் உடலை
இரு கால்களுக்குமிடையில் அழுத்திப் பிடித்து
சப்பிச் சுவைத்தபடி இருந்தது
மிருகம்

யாரிட்ட சாபமோ
கடவுளைத் தேடத் தொடங்கினர்
மீள

✦✦✦

***பின்பனிக் காலம்* 2008**

இங்ஙனம் நான்

கொதிவெயில்
தார்வீதி உருகுகிறது
என் இதயத்தை இழுத்துச் செல்கிறது
கடியன்கள்
உருகி மினுமினுக்கும் தார் மீதில்
சிறு புழுவைப் போலத் துடிக்கிறேன்
ஓராயிரம் நெருப்பெறும்புகள்
மொய்த்திருந்து
என் சதையை ஈச்சுத் தின்கின்றன
ஆங்காங்கே
உடலெல்லாம் தேளின் கொடுக்குகள்
வலியால் துடிக்கின்றேன்
ஒரேயிரவில் முலையான் மேய்ந்ததில்
தோல்களிடை பெருத்த பொத்தல்கள்
சல்லடை மனிதனாய்
துயர் மண்டி
தூக்கம் இழந்து புண்பட்டேன்
இன்று
இஃது எனக்குச் சபிக்கப்பட்ட நாள்
என்றோ மாண்டு போயிருக்கலாம்
போரை மறுத்தோடி
தப்பித்து
நெடுநாள் அலைந்து மீண்டேன்
என ஒரு நினைவு

துயரக் குரங்கு துரத்திப்
பின்தொடர்ந்து
அப்பிப் பிடித்து
இறகிறகாய்ப் பிடுங்கிச் சுகிக்கிறது இங்கும்
குருதி வழி அழியும்
என் கண்களிலொன்றைக் குத்தியெடுத்து
அது சிதைந்தொழியும் கணங்களை
மறு கண்ணால் பார்த்திருப்பதென
பெருந் துயரம்
நான் மீள்வது எங்ஙனம்
என் வார்த்தைகளாலா?
கவிதை பாடுவது உயிர்த் துளியா?

✦ ✦ ✦

இளவேனில் 2004

குருதியில் நனைந்த கவிதை

தேனீக்கூட்டின் அதிர்விற்கிணையாய்
கபாலக் குடுவைக்குள்
பறந்தலைகின்றன சொற்கள்

மதுவில் ஒரு மிடறு
மகிழ்வில் சிறு துளி
ஊடிக்கலந்த கணமொன்றில்
உயரக்குரலெடுத்து வாழ்வைப் பாடு
என இழைகிறது மனம்

குலைத்துப் போடுகிறேன்
சொற்குடுவையை
திசை நான்கும் தெறிக்கின்றன
ஒலிச் சிதறல்கள்

வல்லினச் சொற்கள் ஒவ்வொன்றும்
எருமைக்கடா
முதுகில் மரணதேவன்
துப்பாக்கி ஏந்தியபடி

பாவம் மெல்லினம்
சவக்களை படிந்த முகங்களோடு

வாழத் தெரிந்தவை
இடையினச் சொற்கள்
எதிரியின் சாவைப் பாடிப்பாடி
களி கொண்டாடும் இவை
தன்னவன் பிணத்தைத்
தெருத்தெருவாய்க் கொண்டலைந்து
ஒப்பாரி வைத்தழுகிறது

ஈனசுரத்தில் முனகுவது
குற்றுயிரும் குலையுயிருமாக மரணபயத்தில் நடுங்குவது
கொலைவெறி கொண்டு துரத்தும் சொற்களை
விலக்கித் தப்பியோடுவது
என
இன்னும் பல சொற்கள்

பல்லாயிரக்கணக்கில் வீறுகொண்டு மார்தட்டி
திடலில் தினவெடுக்கும் வன்சொற்களின் மீது
பணம் கட்டிவிட்டு
வேடிக்கை பார்க்கிறது
கூதற் புலத்துச் சூதாடிச் சொற்கள்

காலன் தன் கைத்துவக்கை உயரத் தூக்கியபடி
நெருங்க
உயிர்க் குலையைப் பொத்தியபடி
புறங்கால் பிடரியில் அடிபட
உலகின் மறு முனைவரை ஓடிவந்த சொற்கள்
இப்போ
காலன் புகழைப் புளுகி மறுகி
போர்ப்பரணி வடிக்கிறது

துளி மகிழ்வு
அன்றில் சிறு முறுவலொடு
ஒரு சொல்லேனும் கண்டிலன்

மகிழ்வாய் உயிர்த்த சிறு கணத்தின் மேல்
மீள உறைகிறது
துளிக் கண்ணீர்

✦ ✦ ✦

முதுவேனில் 2007

அதிகாலைச் செய்தி

காலைக் கருக்கலில் முடிந்தது
கடூழியம்
வீடு மீள்கிறேன்
இரவெல்லாம் பனியோடு சுழித்த காற்றில்
எழுகிறது
பனி முகடு
ஆலைச் சுவரோரம்
விறைத்து உயிர் விட்ட
புறாவொன்றின் உடலம்
வெண்பனித் துகளில் நெய்த போர்வையால்
மெல்ல
மூடி விடுகிறது காற்று
தெருமுனையில் நிமிர
உயிர்விடு கணத்தில் ‘ஸ்கங்’
துப்பிய நாற்றம்
வெறு வயிற்றைக் குமட்ட
வெளியே வர முனைகிறது
குடல்
சி.என். கோபுர ஊசியின் நுனியில்
நிலவு
ஒளி இல்லை
செவ்வரத்தம் பூச்சூட்டி
மஞ்சள் குங்குமம் சாத்தி
தலையில் தேசிக்காய் குத்தி வைத்த
ஆலடி வைரவர் சூலம்
நினைவில்
401 நெடுஞ்சாலையில் நெரிசல்
கடக்க
சிவப்பு நீல மின்மினி விளக்குகளோடு
காவலர் கடாக்கள்
நடுவே
சிதறிக் கிடக்கிறது இரண்டு வாகனம்

எவனோ ஒரு குடியேறி
தூக்கக் கலக்கத்தில் காரை ஓட்டியிருப்பான்
என்னைப் போல்
தூரக் காற்றில் கரைந்தழிகிறது
அவசர மருத்துவ வண்டியின் சங்கொலி
பனியில் மிதந்து
நீந்தி
வீடு சேர்ந்து குளிருடைச் சுமை நெகிழ்த்தி
கடாசிவிட்டுக்
காலோய
கண்முன்னே சிந்திக்கிடக்கிறது
கனேடியத் தமிழ்ப் பத்திரிகைகள்
எல்லாவற்றிலிருந்தும் எழுகிறது
பிண நாற்றம்
மூக்கை இறுகப் பொத்தியபடி
இயந்திரமாய்
படுக்கையில் வீழ்கிறேன்
நெடுநேரம் விழிப்பு
எப்போதெனத் தெரியாது
தூக்கம் கலைக்க அகாலமாய் அலறுகிறது
தொலைபேசி
ஊரிலிருந்து
ஒரு அகாலமரணச் செய்திக்குத் தயாராகிறது
மனசு

✦ ✦ ✦

முதுவேனில் 2007

கோடை

அனல் கொட்டுகிறது
அகவெளியெங்கும் நெருப்பு
விட்டு
உனை விலக்கி
வீதியில் நடந்தேன்
பாய்கிறது கானல்; விழிதொடு தொலைவில்
கட்டடங்கள் நெடுத்துச் சடைத்த
பெருங்காட்டிடை
எறும்பு நிரைகளெனக் கார்களின் நெரிசல்
ஒரு
நடைபாதை மனிதனைக் காண்பதே அரிது
பறைகிறார்
பலபேர் பெருநகர் இதுவென
கோட்டை கொத்தளம்
சூழ் பேரகழி
மண்மூட்டை அடுக்கிய காவலரண்கள்
கம்பி நிரை வேலி
துவக்குக் கட்டையில் தொங்கியபடி இராணுவம்
தேடுதல்
சுற்றிவளைப்பு
முகமூடித் தலையாட்டி
அடையாள அட்டை
எதுவும் கிடையாது
இருந்தும்
என் விழிக்குள் விரிகிறது
திறந்தவெளிச் சிறைக்கூடம் ஒன்று
ஒவ்வொரு கணமும்
கண்காணிப்பிலிருப்பதாக உணர்கிறேன்
மலைகளிடை நெருக்குண்டு நெடுத்தெழுந்த
மரங்களிடை
வேர்பற்றி அகலக்கிளை பரப்பி
நிழல் விரிக்க விழையும்

சிறு பரட்டை நான்
சிறை வாழ் சூத்திரங்கள் அறிந்திலேன்
மனிதனை
இன்னொரு மனிதன் குதறி
வீழ்த்துகிற உலகிருந்து நழுவ முனைகிறேன்
இருந்தும்
வலிந்து இழுத்து நொறுக்கி
மகிழ்கிறார்
இப்போதெனக்கு மழை வேண்டும்

✦✦✦

முதுவேனில் 2004

முரண்

தாமரை இலைமேல் அலையும்
துளி நீர்

வேலியின் முள்ளில் சிரிக்கும்
காகிதப் பூ

தினந்தினம் அழுதபடி
தூங்குமூஞ்சி மரம்

கைவிளக்குத் திரியில் அந்தரிக்கும்
சுடர்

பகலில்
ஒளி செத்தநிலவு

எப்போதும் செக்கை வளைந்தபடி
விரையடித்த நாம்பன்

இப்படித்தான் கழிகிறது
என் புகலி வாழ்வு

நிற்க,
ஷெல் அடியில் தலையிழந்த
மொட்டைப் பனையின் வட்டுப் பொந்தில்
சோடிக் கிளிகள்
காமமும் களியுமாய்

✦✦✦

இளவேனில் 2004

வானம் பார்த்த பூமி

மழை வருமென்பதில்
யாருக்கும் நம்பிக்கையில்லை
வானம் பார்த்த பூமி; புழுதி விதைப்பு;
முளைவிடு பயிர்
முழுவதும் கருகிப் பொசுங்கிற்று
ஊரெல்லாம் கூடி
பறை அடித்து குழுத்தீ வைத்து
கொடும்பாவி மூட்டி இழுத்தாயிற்று
வான சாத்திரி; தருக்க சாத்திரி
ஞான சாத்திரி; தீர்க்கதரிசி
குறி சொல்பவன்; குடுகுடுப்பைக்காரன்
எல்லோர் கெடுவும் தீர்ந்தது
வானம்
தினமும் தீக்கங்குகளைக் கொட்டுகிறது
விழிகொள்ளாத் துயரம்
தும்பிகள் போலத்
தாறுமாறாய்த் தறிகெட்டலைகிறோம்.

✦ ✦ ✦

பின்பனி 2008

குளிர்ப்பாலையில் அலையும் வழிப்போக்கன்

நாங்கள் புறப்பட்டோம்
ஏன்? எங்கு? எதற்கு? எங்ஙனம்?
கேள்விகள் எழ ஞானமில்லாப் பொழுதில்
காட்டுச் செடிபோல
தொடங்கியது பயணம்

ஒரு காலைக் கருக்கலில்
எங்களுக்கு வழிகாட்ட இருந்த ஒருவனும்
காணாமல் போகிறான்

அவனது
எச்சங்களிலிருந்து கண்டெடுத்த சுவடுகளோடு
அலைகிறோம்

எங்கள் திசையில் கொடுங்கோடை
சுட்டுப் பொசுக்குகிறது வெயில்
பாளம் பாளமாய் வெடிக்கிறது
பூமி
நெருஞ்சியும் சப்பாத்திக் கள்ளியுமாய்
காண்டாவனம்
பின்
இருண்ட பெருமழைக் காடுகள்
கால் போன திசையில்
மனம் வசப்பட்ட வழியில் தொடர்ந்தது பயணம்
இடி
அடைமழை
தொடர
ஆர்ப்பரித்தெழுகிறது கொடிய விலங்குகள்
அவற்றின் பிடியிலிருந்து தப்பி
லாவகமாக நழுவியோடுகிறோம்

திடீரெனக் கருக்கொண்ட
சூறைக்காற்றில் சிதறுண்டோம்
நாலாதிசையும்

பின்னொரு அதிசயப் பொழுதில் கூடிச் சேர்ந்தோம்
இனி மீண்டோம் என்றொரு நினைப்பு

அலை அடங்குவதற்கு முன்
திடீரென
நடுநிசியில் தொலைபேசி அலறலில்
அறைகிறது
நீ போய்விட்ட சேதி

துக்கம் சில நாள்
உயிரின் நிழலாய்த் தொடரும் நினைவு
பல நாள்

காலம்
நின்று விடுவதில்லை
நிற்க விடுவதுமில்லை
மீதம் எதையும் விட்டுவைப்பதும் இல்லை
மனித வாழ்வு அஞ்சலோட்டம்
விரைவாக முடித்துக்கொண்டாய்
உன் பங்கை

நானிப்போ குளிர் பாலையில்
கொட்டும் பனி இரவில்
சுழலும் எந்திரங்களோடு உழல்கிறேன்

ஏன் உழல்கிறோம்?
எதற்கு அலைந்தோம்?
எங்கே போகிறோம்?
இக்கணத்திலும் நிலைத்திருக்கிறது
கேள்விகள் மட்டும்
எதையும்
நினைத்துப் பார்ப்பதற்குக்கூட அவகாசமில்லை
காலமிருகத்தின் காலடிக்குள்
கொத்தடிமையாய் நான்

நாங்கள் நடந்த தடங்களில்
இன்று எங்கள் இளசுகள்
விழிகளில் சிற்றொளிக் கீற்று

அவர்கள் புறப்பட்டுவிட்டார்கள்
தங்கள் பங்கிற்கு
நாங்கள் கொணர்ந்த சுவடுகளோடு

அஃதொன்றே
சற்று ஆறுதல் தருகிறது
இக்கணத்தில் இதைவிட்டால் எதைச்சொல்ல?

✦ ✦ ✦

(கலைச்செல்வனின் மூன்றாம் ஆண்டு நினைவுகளோடு)
மார்ச் 5, 2008

கேள் !
அதனிடமிருக்கும்
பறவைகள் மொழியறிந்த கவிஞன் ஒருவன்
தன் கள்ளூறு மொழியில் வடித்த கவிதை
குறுந்தொகை
ஒரு கையகலச் செய்தி
சிறு விண்ணப்பம்

தபசு

அன்றிலிருந்து ...

பசி மறந்தேன்
தூக்கம் மறுத்தேன்
திசையின்றி அலைதல் விரும்பிற்று மனம்
சூனியத்தில் விழிகளின் தேடல்
கனவுகள் மட்டும் பெருகிக்கொண்டே வந்தன
எனக்கான சிலுவையை நானே புனைந்தேன்
வற்றத் தொடங்கிற்று காலம்
இனிக் காத்திருப்பு சாத்தியமில்லை
எனக்கு வெளிச்சம் வேண்டுமாயின்
என்னை
நான்
எரித்துத்தானே ஆகவேண்டும்

✦ ✦ ✦

பெப்ரவரி 20, 2010

கனவுகளின் மேய்ப்பன்

பனிவயல்
வெள்ளைக் கடல்
நடுவே குடைசாய்ந்த படகு
என் சிறு குடில்

குளிர்ப் பாலை
புதுப்புலத்தில் புதுவருடம்
பெருவிழா
நகர் முழுவதும் விடுமுறை
குதூகலம்

மீழாத் துயரோடு எனதூரில் மனசிருக்க
நடைபிணமாய் அலைகின்ற
அகதிப்பயல் நான்

மின் குமிழ் ஆடையில் விறைத்த மரம்
என் விழியில்
பாடையிலே அலங்கரித்த பிணம்

முற்றத்து வெளியில்
வெறும்பனி கிளறி உணவு தேடுகிறது
கறுப்பு அணில்

முதுகில்
ராமர் தடவிய கோடுகள்?
இல்லை

அழித்து அழித்து எழுதுகிறது
காலம்

கணப்பியில் தீ
ஒரு மிடறு விஸ்கி
குந்தியிருக்கிறேன்
குளிர்காய

நான் போர்க்குள் உழன்றது
ஒரு பதினெட்டு ஆண்டுகள்
துருவப்பனியில்
உறைந்தது
மறு பதினெட்டு ஆண்டுகள்
நெடு நீள யுகம்

இப்பொழுதில் வேண்டுமானால்
என் தலை முடியைச் சாயமிட்டு மூடலாம்
உறை காலத்தை
மீட்பதெங்ஙனம்?

தொலைக்காட்சித் திரையில்
மின்னும் உடைகளை
ஒவ்வொன்றாய் அவிழ்த்தெறிகிறாள்
இரவுமங்கை

தீர்ந்துபோன தீப்பெட்டிபோல
நாட்காட்டியின் நிர்வாணம்

சுவர்த்தட்டில் புத்தன் சிலை
மூடிய விழி
இதழ்க்கடையில் குறுநகை
இது சாந்தமா?
அன்றில் பரிகாசமா?

பன்றிக் கூட்டமென பெருக்கெடுக்கும் கனவுகளை
வெறுவெளிவானில் ஓட்டிச்செல்லும்
கவிஞன் நான்

கனவுகளின் சுமை உறுத்துகிறது
முதிராக் கனவுகளை
ஒவ்வொன்றாய்க் காவு கொடுக்கிறேன்

இருந்தும்
துவண்டுவிடவில்லை
என்றோ ஒருநாள்
பறவைகளால் நிறையும் வானம்

✦ ✦ ✦

ஜனவரி 2009

இரவு

என்னோடு விழித்திருக்கிறது இரவு
கருநீல இருள்; நெடுநீள மௌனம்
இருட்பெண்ணின் சாயமிட்ட கீழ் உதடு
தொங்கும் பாதி நிலவு
இருளின் விழிகள்; எரியும் நட்சத்திரங்கள்
எரிந்துகொண்டிருக்கும் இரவின் நெருப்பில்
என்னை மூட்டுகிறேன்
கசடுகள் அற
ஒளிரும் நட்சத்திரங்களெனச் சுடர்விட்டு எரிகிறேன் நான்
முடிவில்
இரவின் மொழி குழைவு; இருளில் ஒளி அழகு
உறவின் உச்ச மகிழ்வு
இருவர் கிண்ணங்களிலும்
இருளின் ரசத்தை ஊறினேன்
கிண்ணத்துக்குள் பெருகி வழிகிறது
வற்றாத இரவு
பெருங்கடல்

✦ ✦ ✦

மார்ச் 12, 2010

பிரிவு

பறவைகள் எல்லாம் போய்விட்டன
காற்றின் திசையில் அலைகிறது
பறவையின் சிறகிலிருந்து தவறிய ஒற்றைத் தூவல்
உதிரும் இலைகளால்
தன் துயரைப் பாடுகிறது
மரம்
கொம்பரில் இன்னும் மிச்சமாயிருக்கிறது
பறவைகளற்ற
வெறுங் கூடு
இன்று
வெயில் இல்லை
கபில இருள் கூடி மூசாப்பாய் வானம்
பயணம் தாமதமானதா? வழி தவறி விட்டதா?
தெரியவில்லை
அகாலமாய்க் கத்தியபடி அலைகிறது
ஒற்றைப் பறவை
சன்னல் வழி சூனியத்தை வெறித்திருக்கிறேன்
பின்னாலிருந்து அழைப்பது யார்?
திடுக்கிட்டுத் திரும்புகிறேன்.
பிரமை
அவள் இல்லை

✦✦✦

மார்ச் 17, 2010

புள்ளிசை கேண்மின்!

பிஞ்சுச் சூரியன் தவழும்
ஒவ்வொரு காலைப்பொழுதில்
உன் வீட்டின் சன்னல் சிறகுகளை தன் அலகால் தட்டுகிறது
ஒற்றைப் பறவை
கொண்டையில் தீச்சுடர் வண்ணம் பளபளக்க
உன் வீட்டைச் சுற்றிச் சுற்றி வருகிறது
அதன் தோகையழகில் மருகுகிறாய்
தினமும் உன்னைத் துயிலெழுப்புவதாய் அதிசயிக்கிறாய்
ஒரு நாளிலாவது உன் சன்னல் திறந்து
அதன் மந்திரக்கூவலை ரசித்ததுண்டா?
கேள்!
அதனிடமிருக்கும்
பறவைகள் மொழியறிந்த கவிஞன் ஒருவன்
தன் கள்ளூறு மொழியில் வடித்த கவிதை
குறுந்தொகை
ஒரு கையகலச் செய்தி
சிறு விண்ணப்பம்

✦✦✦

மார்ச் 19, 2010

மனப்பட்சியுடன் வாழ்தல்

சிறு துளியுமகலாது
என்னோடு ஒட்டியபடி அலைகிறது
மனப்பட்சி
பிடுங்கி வெளியே எறியவும் முடியவில்லை
எப்போதும் என்னை எள்ளி நகையாடுகிறது
கோபம் கொண்டு திட்டித் தீர்க்கிறது
சிலசமயம் பரிகசிக்கிறது
நைப்புடைக்கிறது
பகைவனாய் நின்று எதிர்வாதம் புரிகிறது
ஒவ்வொரு கணமும் என்னை எச்சரிக்கிறது
எனக்காகப் பச்சாதாபப்படுவதும் கண்ணீர்
விடுவதுமுண்டு
விடையளிக்க முடியா வினாக்களை எழுப்பி
நான் திகைத்திருக்கும் பொழுதில்
கைகொட்டிச் சிரிக்கிறது
தன்வழிச்செல்லென அடம்பிடிக்கிறது
பணியமறுத்து என்வழி சென்றால்
எனக்கான பொறியை அதுவே தயார் செய்கிறது
எப்போதாகிலும் அரிதாய் ஒரு பொழுதில்
என்முதுகில் தட்டிக்கொடுத்து பெருமிதங்கொள்கிறது
அத்துளிப் பொழுதுக்காகவேனும்
பாழாய்போன வாழ்கையை
வாழ்ந்து தொலைத்துவிடலாம் போலத்தோன்றுகிறது

✦✦✦

மார்ச் 19, 2010

கிளிநொச்சி

பெருநகரத்துச் சுடுகாடுகள் அணைவதில்லை
அனுதினமும் எரிகிறது
படு வானம்

விறைத்த உடல்
நித்த மரணங்களால் மரத்த மனசு
துயருற்று மேற்கிருக்கிறேன்

சிதைமேல் சூரியப்பிணம்
வெறிகொண்ட காலம்; களிகொண்டு காலன்;
சுவைகண்ட காற்று
ஒன்றுக்கொன்று நன்று
துணைபோகிறது

திசை நான்கிருந்தும் பொறுக்கிவந்த
முகில் கங்குகளை
எரியும் சிதையில் எறிகிறது
காற்று

வானடங்கிலும் குருதி
மேற்கில் அலையும் பறவைகள்
ஒவ்வொன்றாய்
தீயில் வீழ்ந்து அழிந்துபோகின்றன

2.

வனத்தை வளையும் பருந்துகளிடை
நடுங்கும்
சிறு குருவி நான்

எப்போதும் போலவே
கரைந்தொழுகும் விழி
என் வேர் நிலத்தில் அலையும்
நினைவு

முப்பாட்டன் காலத்திருந்து
ஏர் உழுத வயல்களில்
இன்று
பெரும்போக அறுவடை

அருவி வெட்டு; சூடு வைப்பு;
சூடடிப்பு
நீண்ட நிரைகளில் குழிகளை வெட்டிவைத்து
காத்திருக்கிறார்கள்

நிரவி வழிகிறது
கொம்பறைகள்
பிணங்களால்

எங்கும் வெடியொலி; சாக்குருவி ஓலம்;
அதிகாரக் குரல்கள்
இடையிடையே ஒப்பாரி

என் ஈரவிழியுள் கரி இருள்
துயிலின்றி உழல்கிறேன்
யுக நீள இரவு

3.

நெடுநாள் கழிந்தது
இன்னொரு காலை
விழிக்கிறேன்

புற்களின் நுனியில் பனி முட்டைகள்
அடைமேல் படுத்திருக்கிறது
சூரியப்பேடை

இனியென்ன
முற்றத்தைக் கிளறி மேயும்
ஆயிரமாயிரம் நெருப்புக் குஞ்சுகள்

✦ ✦ ✦

ஜனவரி 2009

உயிர்ச் சுடர்

காற்று ஊதியூதி உலுப்ப
உதிர்ந்த மரத்தில் எஞ்சியது
ஒற்றையிலை

குப்பி விளக்குத் திரிமேல்
அந்தரிக்கும் சிறுசுடர் ஒப்ப
காற்றில் துடிக்கிறது இலை.

மனம் நெருட
வீதியோரத்து மரம் கடந்து
மரணத்தோடு மல்லுக்கட்டும்
நண்பனைப் பார்க்கப் போயிருந்தேன்
என் வயதொத்தவன்
தன் கடைசி நாட்களை எண்ணுகிறான்
வெறுமையில்

ஒரு அழுங்குப் பிராணி
அல்லது
என் தேசத்தைத் தின்று தீர்த்த ஆயுதங்கள்
ஏதாவது ஒன்றின் சாயலில்
அவனுடலில் அப்பிப் படிந்திருந்தது
மரணவிலங்கு

அறையடங்கிலும்
சாவின் வலியகரங்கள்

உறிஞ்சிப் பருகத் தீரும் மதுக்குவளையென
உடற் கிண்ணத்திலிருந்து
வற்றிக் கொண்டு போகிறது
உயிர்த்துளி

மறுபுறத்தில் தாதியர்
குருதியைப் பாச்சிக் கொண்டிருக்கிறார்கள்
நம்பிக்கையெடுத்த எல்லாக் கடவுளரும்
கைவிட்ட பின்னாலும்
வலிந்து
விழியைத் திறந்து வைத்தபடி இருக்கிறான்
சுய ஓர்மத்தோடு

வெளியில் வழுவி விழுந்துவிடும்போல்
நடுங்குகிறது
முழி

'என்ன வாழ்கையிது?'
ஒருகணம் சலித்தவன்
துளிப்பொழுதில் அதையழித்து
'இதுதான் வாழ்க்கை'
என்கிறான்

எது வாழ்வு?

மீழ்கிறேன்
உயரக் கட்டடங்களையெல்லாம் சட்டென விழுங்குகிறது
அந்திக் கருக்கல்

தொடர்கிறதா மரணவிலங்கு?

ஒருவித உறுத்தல்
அச்சம் படர
அடிக்கொருதரம் திரும்பிப் பார்க்கிறேன்
ஓட எத்தனிக்கிறது கால்கள்

எங்கே எஞ்சியிருந்த ஒற்றை இலை?

தின்றுவிட்டது காற்று
கல்லறை மீதில் அணைந்த மெழுகுவர்த்தியென
விறைத்திருக்கிறது
மரம்

✦✦✦

செப்டெம்பர் 2009

தோற்கடிக்கப்பட்ட நிலம்

நின்றது கொடுமழை
வாரோடி
ஊரெங்கும் எங்கும் வெள்ளம் வடிந்த தடங்கள்
மிகத் துலக்கமாய் பதிந்து கிடக்கிறது

நெடுநீள இரவுக்குப்பின் புலர்ந்த
காலையை
ஒரு கிண்ணம்
புதிய தேநீரைப்போல் உணர்கிறேன்
வீதி மருங்கு நெடுகிலும் குருவிக்கூடுகள்
ஒப்ப
காவலரண்கள்

தலையை நீட்டி எட்டிப் பார்ப்பதும்
வெளியில் இறங்கித் தத்தித் திரிவதுமாய்
இராணுவச் சிறுவர்கள்

விறைப்பு
அச்சம்
இரண்டும் விலகித் துலங்கும் முகங்கள்
குருவிக் குஞ்சுகளை நினைவூட்டுகிறது

இப்பொழுதிவர்கள்
துப்பாக்கியால் கிரிக்கட் ஆடுவது பற்றி
ஆராய்தல் கூடும்

மூன்று தசாப்தம் கொட்டிய கொடுமழை
ஈரம்
பாறிவீழ்ந்த பெருமரங்கள் எனக்
கட்டடங்கள்

சிறு புள் மனம்

இன்னும்
புதிதாக அரசங்கன்றுகள்
அவற்றின் அடிகளிலெல்லாம் முளைவிட்டிருக்கிறது
வெள்ளைக் காளான்கள்
சிறிதும் பெரிதுமாய் ஒவ்வொன்றும்
புத்தன் வடிவம்

இவை என்னை அச்சுறுத்துகின்றன
மூடிய விழிகளில் சாந்தமும்
உடல் முழுவதும் கொடிய விடமும் இருப்பதாக உணர்கிறேன்
இனியும் வேண்டாம்
கொடுமழை

✦ ✦ ✦

மார்ச் 27, 2010

இருள் பெருகும் காலம்

கழிந்தது குளிர்காலம்
காற்றில் மெல்ல எழுகிறது
சிறு வெப்பம்
பனி விலக
மண் துலங்க
புற்களின்மீது படிகிறது
பசுமை.
மீள வந்திறங்குகிறன பறவைகள்
வேனில் முகையவிழும்
கிளைகளில்
தத்தித்தத்தி இடந்தேடுகிறது குருவி
எதிரே
கோடை
கோடையைச் சுகிக்கும் வேட்கையில் விழிகள்
வீட்டைச் சுற்றிலும்
முகிழ்த்திருக்கிறது 'டூலிப்' மொட்டுகள்
சொட்டும் துளியென ஒவ்வொன்றும்
இரத்தச் சிவப்பு.
கொத்துக்கொத்தாய்க் கொல்லப்பட்ட உறவுகள்
நினைவு.
குழந்தைகள் குருதியில் கோலோச்சியவன்
மாண்டுபோனான்
வெறிகொண்டு
வெற்றிச் சதுராடும் மறு ஆக்கிரமிப்பாளனின்
காலடிக்கீழ்
நசியுண்டு கதறுகிறது

தோற்கடிக்கப்பட்ட என் தேசம்
வாழும் வழியறியா உறவுகள்
உயிர் பிடுங்கும் வலியுடன் தார்ப்பாள் கூடாரங்களுக்குள்
'காமம் முற்றிக் களிறும் பிடியும் மறிபட்ட நிலமிது'
என
நாளை ஒருகால்
புலவன் இதைப் பாடிச் செல்தல் கூடும்
வாழுமிக்கணத்தில்
'டூலிப்' மலர்களிலிருந்தும்
உடைத்துப் பெருகிவழியும் நினைவும்
அடங்கமுடியாத் துயரும்

தவிக்கிறேன்

வறண்டு கிடக்கிறது விழிக்குளம்
விழிநீர்த் தடத்தில் பூத்திருக்கு
உப்பு.

✦ ✦ ✦

மார்ச் 2010

ருதுகாலம்

மெல்லத் தவழ்கிறது பிஞ்சுச் சூரியன்
புது வெயில்
திருக்கொன்றைக்காடு பூத்ததென
வெளிர்மஞ்சள் நினைவு
இது ருதுகாலம்
காமத்தின் வண்ணம் போலும்
கொத்துக்கொத்தாய் ஊதா மலர்களோடு 'லாலக்'செடிகள்
காற்றெல்லாம் அலைந்து திரிகிறது பூவாசம்
மனம் மருகி மயக்குகிறது
தீராக்காதலும் பெருகிவழியும் காமமும் சொட்ட
பறவைகளின் கீச்சொலிகள்
நான்
நேற்றைய துயரங்களை அலசிப்போட்டிருக்கிறேன்
பின்முற்றக் கயிற்றுக் கொடியில் காய்கிறது
'அழகியதோர் வெயில்நாள்' என்றபடி
சூரியக் குளியலுக்குத் தயாராகிறாள் அயல்வீட்டுப் பெண்
ஒரு துளி ஆசையெழுக் கிளர்ந்த உடல்
எனதூர் வாழ் நண்பனின் 'வெயில் புராணத்தில்' வற்றி
வடிந்துபோகிறது
நான் அங்கும் இங்குமில்லான்.
என் தேசத்தில் விரித்த போர்க்கண்ணியில்
சிக்கிக்கொண்டவன்
காயடிக்கப்பட்ட எருதைப்போல
மூடிய கூரைக்குள் மின் உமிழும் வெளிச்சத்தில்
பாரிய எந்திரங்களோடு பொருதும் வாழ்வு
அல்லும் பகலும் தரமறிந்திலேன்

இன்று நாள் அழகாயிருந்தாலென்ன?
சூரியன் வெறிகொண்டாலென்ன?

எப்படியாவது கிடந்து தொலையட்டும்

✦✦✦

ஏப்ரல் 2010

முள்ளிவாய்க்கால் 2009

சுட்டுக் கொல்லப்பட்டிருக்கலாம்
அல்லது
தற்கொலை செய்தவனின் மீது
சுடப்பட்டிருக்கலாம்

தப்பியோடும் போது
பின்னாலிருந்து கொன்றிருக்கவும்
அன்றேல்
கூட இருந்தவன் சாகடிப்பதற்கும் சாத்தியங்கள் உண்டு

சரணடைந்தவன் மீது
வன்மம் வெறியாய்க் கொண்டவனொருவன்
கண்ணிமைக்கும் பொழுதுக்குள்
தன் துவக்கின் வில்லை இழுத்திருக்கலாம்

கைதின் பின்
முரண்டு பிடித்திருக்கவும்
அவனைச் சித்திரவதை செய்திருக்கவும்
பின் அடித்துக் கொல்லவும் வாய்ப்புண்டு

துப்பாக்கிக்குப் பதிலாக கோடரி
அல்லது
வேறு கூரிய கருவியால்
கபாலத்தைப் பிளந்திருக்கும் அநாகரிகம்
எதிரியிடமும் உண்டு

தப்பியோட
அவன் சாயல் கொண்ட வேறொருவனின் பிணம் கூட
இவனாகச் சித்திரிக்கபட்டிருக்கலாம்

எல்லாவித சாத்தியப்பாடுகளோடும்
திரை விழுகிறது
மேடையில் கட்டியக்காரன் கும்மாளமிடுகிறான்
'கூத்து முடிந்தது'

இரத்த வெடிலில் கிடந்து தகிக்கிறது கூத்துக்களரி
மகிழ்வா? துயரா?
யாருக்கும் தெரியவில்லை
எல்லோர் விழிகளும் நீரால் வழிகிறது

இருள்
இன்னும் கலையவில்லை

✦ ✦ ✦

மே 2009

மறுத்தல் – (ஒன்று)

நீ கவிதை கேட்கிறாய்
என் நேரமனைத்தையும் பிடுங்கிக்கொண்டன
எந்திரங்கள்.

ஒரு வரி எழுதவும்
அதனைக் குரலெடுத்துப் பாடவும்
தொழிலக இரைச்சல் அனுமதிப்பதில்லை
என் தேசத்தில் முள்வேலிக்குள் சிக்குண்டிருக்கும்
உறவுகள் போலவே
நான் இப்புகலிடத்தில் விலங்கிடப்படாத கைதி
ஒரு மிருகம்
எப்போழுதும் நுகத்தை விட்டு விலகாதிருக்கவே
இத்தேசம் என்னை அனுமதிக்கிறது
இப்பொழுதில் வாழ்வை இழுக்கவே
நேரம் போதாதிருக்கிறது
என் சொற்களையும் குரலையும்
காலத்தின் கரங்களில் காவு கொடுத்ததன் பிற்பாடு
எசமானனின் குரலில் பாட என்னால் முடியாது
வேண்டுமாயின்
சற்று அழ விடு

✦ ✦ ✦

செப்டெம்பர் 2009

மறுத்தல் – (இரண்டு)

ஒளிரும் கூந்தலை அள்ளிமுடிகிறது நிலவு
இருள்
மிச்சமாய் இன்னும் ஓரிரு நட்சத்திரங்கள்
விசும்பியபடி

தொலைவில்
'தேவன் வருகிறான்' என விழிக்கும் ஒலிகளிடை
இருளை வெறித்தபடி விழித்திருக்கிறேன்
விழி வற்றவில்லை
இலை உதிர்த்த மரங்கள் கைகளை உயர்த்தி
காற்று வெளியைத் துழாவும் துயரம்
அச்சுறுத்துகிறது
கேள்விகள் நிறைந்து கனத்திருக்கும் மனசு

எத்தனை நாளாயிற்று
ஒரு நல்ல தூக்கம் வாய்த்து
உயிர் அரியும் வலிகளுடன் முள்வேலிக்குள்ளிருந்து
அழவும் அனுமதியற்று வெதும்பும் மனிதர்மீது
மழை
மாறிமாறிக் கொட்டுகிறது
கழுவ முடியாத பாவச்சுமைகளை
எம்மக்கள் மீதில் விதைத்தவன் யார்?
சாமியாடிச் சாமியாடி சன்னதம் அடங்காப்
பூசாரிகள்
எந்தத் தேவன் வருகைக்காக இன்னும் கூவுகின்றனர்?
வியாபாரிகளே ஒழிந்துபோங்கள்!

என் பாட்டன் உழுதநிலத்தில்
இனி
புற்களாவது முளைக்கட்டும்

✦✦✦

செப்டெம்பர் 2009

பூவரசு

கிழக்கு வேலிக்கரையோரம்
தறித்த பூவரசின் அடிவேர் கிடந்தது
அப்புவின் கடமையின்போது உரிமைக் கட்டைக்காய்
தறித்ததென்றாள் அம்மா

அப்பா இறந்தபோது தெற்குவேலியிலே நின்ற
மூன்று பூவரசுகள் விறகாச்சு
மூன்றாம் நாள் காடாற்றுக் கருமம் நிகழ்த்தப் போகையிலும்
கனன்றபடி கிடந்தது நெருப்பு

பெரிய மாமாவின் பிணத்தின் முன்னிருந்து
ஒப்புச் சொல்லுகையில்
"மகராசா! படலைக் கரையோரம்
நீ நட்ட பூவரசுகொப்பெறிந்து கிடக்கிறது
உன்கட்டை வேகத்தான் காத்திருந்ததோ ஐயா"
என்றாள் அம்மா

பாதி வயதில் பறிபோன அவள் தம்பிக்கு
கருமம் நடத்துகையில்
"என் வீட்டுக் கோடியிலே அவன் நட்ட பூவரசு
மறக்காமத் தறியுங்கோ"
புலம்பினாள்
வாய் ஓயவில்லை

போர் மூண்ட பின்னால்
விறகுப் பஞ்சத்தில்
பின் வளவுத் தென்மேற்கு மூலையிலே நின்ற
கிழட்டுப் பூவரசை தறிப்பதற்கெண்ணி
கோடரி எடுத்தேன்

"என்கட்டை வேக யார் வீட்டே போவாய் நீ!
உன்னாணை விடமாட்டன்"
மரத்தடியில் குந்திவிட்டாள்.

எவனிட்டான் சாபம்!
ஊர் கலைந்து போயிற்று

நான் ஒரு துருவம்; அவள்
பிறிதொரு ஒரு தேசம்

அம்மாவின் சாவறிந்து பதைபதைத் தோடினேன்
மூலைக்கொருவராய் நின்றனர்
தம்பியர்

மறுநாளில்
அவள் உடல் பார்க்கப் போனோம்
வாய்விட்டுக் கதறி அழக்கூட
அனுமதிக்கவில்லை
சூழல்

விடுமுறை நாள் பார்த்து
ஏழாம்நாள் காலை அவள் கருமம்
அன்று
பிணமெரிக்கும் மின் அடுப்புக்கூட செயலிழந்து போயிற்று
தேவாரம் சொல்லி
கற்பூரம் கொழுத்தி
சவப்பெட்டி மேல் வைத்து
கொடுத்துவிட்டுத் திரும்புகிறோம்
உடலை

இன்று பனி உறையுந் தேசத்தில்
உயிர் உதிரக் காத்திருக்கிறேன்
கூடியழ ஊருமில்லை
என்கட்டை வேக ஒற்றைப் பூவரசுமில்லை
இனி

✦ ✦ ✦

ஜூலை 07, 2010

சிதம்பர ரகசியம்

நீ இருக்கலாம்
இல்லாமலும் இருக்கலாம்
இருந்தும் இல்லாமல் இல்லாமலும் இருந்தும்
அல்லது தூணிலும் துரும்பிலும்
ஒளிபோல்
எங்கும்
வியாபித்து
எப்படியும் இருக்கலாம்

எதுவாயிருந்தால் என்ன?
உன் பெயரால் வாதங்கள் எத்தனை?
வதங்கள் எத்தனை?
சங்காரங்கள் எத்தனை?

அனல்வாதம், புனல்வாதம், அசுரவதம், கழுஏற்றல்;
சிலுவையுத்தம், புனிதப்போர், சங்காரம், வேள்வி;
இரண்டாங்கட்டப் போர், மூன்றாங்கட்டப் போர், இறுதி யுத்தம்;
இன அழிப்பு, கொலை, வெறிக் கூச்சல், ஒப்பாரி,
அழுகுரல்;
அழிவு
அழிவு
பேரழிவு

உன் ஊழிக்கூத்தின் முடிவில் என்னதானாயிற்று?
யாரை யார் வதம் செய்தார்
துட்டனைப் புனிதனா?
புனிதனைத் துட்டனா?
துட்டனைத் துட்டனா?
வென்றதனால் துட்டன் புனிதனா?
வீழ்ந்ததனால் புனிதன் துட்டனா?

எதுவாயிருந்தால் என்ன?
நீ சுடலைப்பொடி பூசியாட சாம்பர் மேடாயிற்று
ஒரு தேசம்

இப்போ
இருக்கிறாய் என்கிறார்கள்
இல்லை என்கிறார்கள்
நீ சூக்குமம் என்கிறார்கள்
உனக்கு அழிவில்லை என்கிறார்கள்
மூன்றாம் நாளில் உயிர்த்தெழுந்தாய் என்கிறார்கள்
வான வீதியில் கண்டோம் என்கிறார்கள்

எதுவாயிருந்தால் என்ன?
உன்னருளாலே உன்தாள் பணிந்தோர்
ஒருவருக்கொருவர் மோதிக் கொள்ளுதல்
காட்டிக் கொடுத்தல்
அகப்பட்டதை சுருட்டிக் கொண்டோடுதல்
உண்டியல் பெட்டிக்குப் புதுவண்ணம் பூசுதல்
உனைப்புறம் பேசுதல்
தாங்களே உனதவதாரம் எனப் புளுகுதல்
அடங்கலாய்
அனைத்தும் கண்டோம்

ஆண்டவனே!
மேதகு கடவுளாக உம்மை நீரே நிறுத்தினீர்
தேவரீர்!
நானே எல்லாம் அறிந்தவன் என்றீர்
இன்று நீர் இருக்கலாம் இல்லாமலும் இருக்கலாம்
அது உமக்கே வெளிச்சம்
என் பிரார்த்தனையெல்லாம்
உன் ஊழியக்காரர்களிடமிருந்து பாவிமக்களை
விடுவித்தருளும்
புண்ணியமாய் போகட்டும்
ஆமென்.

✦✦✦

யூலை 14, 2010

எறும்புகள் – சிறு குறிப்பு

எறும்புகளின் வாழ்வு
எளிதல்ல
தினமும் தன் வயிற்றுக்காய் நெடுந்தூரம் நடக்கிறது
நாள் முழுவதும் அலைகிறது
வியர்வை ஒழுக ஓடியோடி உழைக்கிறது
பேரழிவிலிருந்து
தன் சந்ததியைப் பேண பேரச்சம் கொள்கிறது
மேலும்
ஒவ்வொரு எறும்புக் கூட்டமும் ஒவ்வொரு ஊர்
மனிதர்களைப் போல்
எறும்பூர்கள் இரண்டு மோதுவதில்லை என்பது
முரண்தான்
இருந்தாலும்
தனதினத்துக்கு வரும் இடர்ப்போதுகளில்
நீண்ட வரிசைகளில் மூட்டை முடிச்சுகளோடு
ஊர் ஊராய் அலைகிறது
அவை நடக்கிற போதில் கால்களின் வழி
துயர் வழிகிறது
ஒன்றையொன்று சந்திக்கும் தருணங்களில்
ஒரு கணம் நின்று
துக்கங்கெளவ விசாரிப்புகளைப் பரிமாறிக் கொள்கின்றன
ஒதுங்க இடங்களற்று கற்களின் கீழும்
மர இடுக்குகளிடையேயும் தங்கிச் சீரழிகிறது
பெரும் படையெடுப்புகளென
திடீரென எழும் தீயிலும்
மற்றும் வெள்ளப் பெருக்குகளிலும்

அவற்றின் ஊர்கள் சின்னாபின்னப்பட்டு விடுகிறது
ஆயிரக்கணக்கில் கொல்லப்பட்டவை போக
எஞ்சியவை
தலைதெறிக்கச் சிதறி ஓடுகின்றன
அகப்பட்ட பொருட்களிலே தொற்றி
நெடுந்தூரம் மிதந்து
புலம் பெயர்ந்து விடுகிறது
பின்னர்
தொடரும் பிறிதொரு அலைவு

புகலிட வாழ்வும் எளிதல்ல
எறும்புக்கும்

✦ ✦ ✦

டிசெம்பர் 05, 2009

கானல் நதி

தினமும் மரணச் செய்திகளோடு தொடங்குகிறது
நாட்கள்
கசாப்புக் கடையின் நெடியுடன் விரிகிறது
இணையத் திரை

இன்று காலையில்
எறிகணை கடித்துக் குதறியது
மூன்று குழந்தைகளைக் கண்டேன்

வெள்ளைத்துணியால் மூடப்பட்ட குழந்தையின் முகத்தை
திறந்துகாட்டு என விழித்து
அதை மிக அருகாய்ப் படம் பிடிக்கும்
ஒரு மரண வியாபாரியைக் கண்டேன்

வெறுவான வெளியின் கீழ்
மணல் சொரிய பதுங்கு குழிக்குள்
அடைந்து கிடந்த பதினாறு சோடி கண்களைக் கண்டேன்
பசியால் மெலிந்து ஒடுங்கிய கன்னத் தசைகளிடை
ஒட்டிக்கிடந்தது மரண பயம்

ஒரு இரும்புப் பறவை
குத்தி
எழும்பிய பிற்பாடு
சின்னாபின்னமாகிப் போன உடலின் முண்டம் கண்டேன்
எங்கே தலை?
தேடுகிறான் அவள் கணவன்

நாயொரு புறம்
சிதறிவெடித்த பெண்ணின் உடல் மறுபுறம்
கூடவே கிடந்தன உயிர்விட்ட பாவி மனிதர்
உடல்கள் கண்டேன்

மார்பிலும் முதுகிலும் துப்பாக்கிகள் குறிபார்க்க
அடிமாடுகள் போல்
மரணத்தின் திசையில் சாய்த்துச் செல்லப்படும்
மனிதர் கண்டேன்

இயலாமையின் ஊற்று
பெருக்கெடுக்கிறது
என்னுள்
நதி.

✦ ✦ ✦

ஏப்ரல் 09, 2009

நெத்தலி ஆறு

முல்லை
காடுகளில் அடர்ந்து கிடக்கிறது
இருள்
வான் வெளியெங்கும் வெறிகொண்டலைகின்றன
எறிகணைக் கழுகுகள்

சூரியன் எழுமுதல்
பரட்டைப் பாலைமர அடியில்
சேலை மறைப்புக்குள்
தூக்கமின்றி உழன்ற பிஞ்சுக் குழந்தைகள் ஐந்தை
மோப்பம் பிடித்துக் கடித்துக் குதறிற்று
ஒரு எறிகணை
கணப் பொழுது ஒப்பாரி
தவிர
மீதி எல்லாமும் அடங்கிற்று

இப்பொழுது
அவன் இவனென்கிறான்; இவன் அவனென்கிறான்
எவன் அடித்த 'ஷெல்' தின்றது
பிஞ்சுகளை

2.

என் தேசத்துக் கொடியில்
புத்தனின் காவி மேல் சிங்கத்தை வரைந்து
அதன் கையில்
கூர்வாளைச் சொருகி வைத்தவன்
முரணை
அவன் வன்மத்தை
என்னவென்றழைப்பது

விடுதலை வேண்டிப் புறப்பட்டவன்
குருதிச் சிவப்பில் கோரப் புலி முகத்தை
சின்னமாக்கி

அதன் முதுகில்
துப்பாக்கிகளை எதற்காக எழுதி வைத்தான்

இரண்டும் விலங்குகளும்
காலபேதமின்றி தின்று தீர்க்கிறது
மனிதரை
காணும் திசையெல்லாம் மரண ஓலம்
வீசும் காற்றில் நர வெடில்

3.

வானம் இரங்காப் பாலை
தகிக்கிறது

மழை வேண்டித் தொடங்கிற்று
சடங்கு

மூன்றாம் நாள் இரவில்
உசுப்பேற்ற உடுக்கடித்தவன்
பாதியிலே எழுந்தோடுகிறான்

சாமியாடித் தீமிதித்தவன்
தீ தின்று நீறானான்.

மனிதரைத் தின்று மனிதரை வென்று
பற்றி எரிகிறது தீ
உலகெல்லாம்

மனிதத் தீ
மரணத் தீ

4.

யுத்த சன்னதம்
அதிர்கிறது
முல்லை

சிவப்பில் பூக்களை உதிர்க்கிறது காடு
இரத்தக் குழம்பென பிணங்களை அள்ளி வருகிறது
நெத்தலியாறு

260 சிறு புள் மனம்

பாலை மரத்தடியில் குந்தியிருக்கிறான்
கல்லுக் கணபதி
மூன்று தசாப்தமாய் நம்பி கை எடுத்தவள்
கதறுகிறாள்
நீ தெய்வம் இல்லை;
யமன்!

அவள் மடியில் பிஞ்சுப் பிணம்; இன்னும்
காயாத இளங்குருதி

5.

மொட்டைக் கறுப்பனும் பச்சைப் பெருமாளும்
விளைந்த வயற்களரியில்
எருமைக் கடாக்களில் நடக்கிறது
உழவு

நேற்றைய பொழுதில்
ஊரைக்கூடி எதை விதைத்தனர்
இன்று
அதையே அறுத்தனர்
ஒவ்வொரு குடிலிலும் சாவேளாண்மை

ஈற்றில்
வடக்கிருந்து நெய்தலை வேண்டுகிறார்
கடலே இரங்கு

பற்றி எரிகிறது தீ
சுடு மணல்

இனி
செல்வதற்கும்
சொல்வதற்கும் ஏதுமில்லை

✦ ✦ ✦

பெப்ரவரி 20, 2009

கட்டவிழ்தல்

பெய்துகொண்டிருக்கிறது மழை
சிறு விதை
மழையில் நடந்தேன்
நீர் ஊறி
உடல் பருத்து
தலை நிமிர்த்துகிறது
முளை.
வேர் இறங்க
பெரும் தளையெனக் கட்டுண்டு போனேன்
சிறை வாழ்வு
காற்றை இறைஞ்சிக் கைகளை விரித்தேன்
அகல
தானே வந்தன தளிரும் இலைகளும்
இப்போ
பெருமரமாய் எழும் ஆவல் துளிர்த்தது
எழுந்தேன்
'சும்மா இரு' என்றான் சித்தன்
சும்மா இருப்பது சுமை
காற்றை மீட்டினேன்
இசைந்தது உலகு
பாடல் கேட்டுப் பறவைகள் வந்தன
பசியாறக் கனிகளைத் தந்தேன்
சுமந்தன பறவைகள்

இப்போ
நான்
நிலத்தில் இல்லை.

✦✦✦

ஒகஸ்ட் 18, 2010

முதுவேனிற் பதிகம்

மண்ணின் மீதும் மனதின் மீதும் மரங்களின் மீதும்
மனிதரின் மீதும் படிந்து கிடக்கிறது
காலத்தின் முதிர்வு

முதிர்வேனில் வெயில்
கிழட்டு மிருகம்
உடல் முறுக்கிப் பசித்து
அலைகிறது

பறவைகள் கடித்தவைபோக
மரங்களின் கீழ்
காயம்பட்டுச் சிதறுண்டு கிடக்கின்றன கனிகள்
இனி
இலைகள் பழுக்கத் தொடங்கிவிடும்

'பரோல்' லில் விடுமுறை பெற்று
வீடு மீளும் கைதியை ஒப்ப
நான் பெருநகரச் சிறை
விலகி
வெளியே வருகிறேன்

பெரும் கடலென விரிந்து கிடக்கிறது
'எரிக்' வாவி
நீரில் பிறந்த குழந்தைக் காற்று
தளுக்கு நடை நடக்கிறது
கைகளை விரித்து அள்ளி ஆழ உறிஞ்ச
வசமிழந்து போயிற்று
மனசு

வாவிக் கரையோரம் ஒதுங்கிக் கிடக்கிறது
மீன் ஒன்றின்
அழுகிய பிணம்
எடுத்துச்செல்கிறான் துப்புரவுத் தொழிலாளி

மனசு பதகளித்து
நினைவு அலைந்து
உருகிக் கரைந்து
மீள
கரையோரம் நடக்கிறேன்

தொலைவிருந்து வந்த ‘கூஸ்’ பறவைகளின்
குஞ்சுகள்
விடலைகளாகி விட்டன
சிறு தூரப் பறப்புகளை நிகழ்த்தி
இளசுகளுக்குப் பயிற்சி கொடுக்கின்றன தாய்ப் பறவைகள்
இனித் தொடரும் குளிர் காலத்தின் முன்
பறந்துவிடும்
நெடுந்தூரம்

உறைபனிக்குள் உழலும் வாழ்வு
அவர்க்கில்லை

காலப்பெருங்கடலின்
சிறு மிடறு நீர் பகல்
தீர்ந்தது

தீ மூட்டி
இருள் விரட்டி
சூழ்ந்திருந்து
வாட்டிச் சுதியேற்றி எடுத்த பறை மீட்டிப் பாடுகிறான்
பாணன்
உயரக் குரலில் எழுகிறது
வடமோடிக் கூத்துப் பாடல்

பறையதிர்வில் வாவி குமுற
அலையெழுந்து நடுங்குகிறது
அதிர்கிறது காடு

மறு காலையில்
‘நயாகரா’ திராட்சை வயல்களை
ஊடறுத்து நடக்கிறேன்

அறுவடை ஆரம்பம்
பழத்தில் வீழும் குருவிகளை விரட்ட
வெறும்
சத்த வேட்டுகளைத் தீர்க்கிறது
எந்திரம்

குருவிக்கூட்டமென மனிதர் வீழ
கொடும்போர் நிகழ்ந்த தேசத்திருந்து வந்தவன் நான்

திடுக்குற்று நிமிர்கிறேன்

பயத்தில் உறைந்து இருள் கரியெனப்படிந்த
என் முகம் பார்த்து
கெக்கலித்துச் சிரிக்கிறாள்
இவ்வூர்ச் சிறுமி

முடிந்தது விடுமுறை
பசிகொண்ட பூதமென வாய்பிளந்து
காத்திருக்கிறது
பெருநகரம்
மீளாச்சிறைக்குள்
நான்
மீள

✦ ✦ ✦

செப்டெம்பர் 30, 2010

முள்வேலி 2010

இனித் தரித்தால்
உயிர் தரிக்காதென்றுணர்ந்த போது
கலங்கி
மண்தொட்டு
வணங்கி
கடல் கடந்தவன்
இருபதுதாண்டுகள் கழிந்து
மீள வருகிறேன்
எல்லாம் முடிந்துவிட்டது என்கிறார்கள்

எது முடிந்தது?

மாறி மாறிப் பெய்த மழையால் கூட
கழுவப்படாமல் கறைபட்டுக் கிடக்கிறது
தேசம்

மூச்சில் இன்னும் கந்தக நெடி
பல்லி சொல்வது கூட
எந்திர துப்பாக்கிச் சத்தம்போல் அதிர்கிறது

அச்சம் கலையாத முகத்துடன்
தங்களுக்கான கூடுகளை முடைகின்றன
தூக்கணாங் குருவிகள்

பல்லாயிரக்கணக்கானவரின் மரண ஓலங்களால்
மெழுகப்பட்ட சுவர்களின்மீது
பல்லிழித்தபடி காட்சி தருகிறான்
அரசன்
அவனது பார்வை விலக்கி
சிறுநீர் கழிப்பதற்குக்கூட
என்னால் ஒதுங்கமுடியவில்லை

விதைக்கப்பட்ட ரவைகளில் இருந்து
முளைவிட்டிருக்குமோ?
என ஐயுறுவண்ணம்
தேசம் முழுவதும் இராணுவச் சிறுவர்கள்

ஏ-9 வீதியின் மேற்கோரம்
ஒற்றைக்காலை போருக்குக் காவுகொடுத்தவள்
உயிர்க்கூட்டை இறுகப் பிடித்தபடி குந்தியிருக்கிறாள்
ஏங்கிய விழிகளுடன்

எதிரே
வீதியின் கிழக்கே
அவள் ஊர்
தென்னைகள் சூழ்ந்த வளவு
போக முடியாத வீடு

காட்டுக் குருவிகளால் கூட
என்னிடம் ஒரு இயல்பான காலையை
அழைத்துவர முடியவில்லை

பேயறைந்தவர்கள் போல்
எல்லோரிடமும்
இருள் கனத்த வெறுமை

இருந்தாலும்
எல்லாம் முடிந்துவிட்டதென்கிறார்கள்
முடிந்ததைப் பேசுதற்கும் அஞ்சுகிறார்கள்

ஒன்றுமே நடக்காததைப் போலவும்
எதையுமே பார்க்காததைப் போலவும்
நிலத்தின் எல்லையில்
எழுந்து நிற்கிறது
பாரிய தொலைபேசி விளம்பரம்

முடிவாய்
நான் தவழ்ந்த மண்ணில்
ஒருபிடி எடுத்து வரும் ஆவல் உந்த
ஊர் நுழைய முனைகிறேன்

முள்வேலி

இன்னும் சிறைப்பட்டே கிடக்கிறது
என் சிற்றூர்

✦ ✦ ✦

ஜூன் 6, 2010

கட்டில் உழல்தல்

வெயில்
விழி உறைக்கும்
கடும் குளிர் காற்றைப் புணர்ந்து சுடும்
இருந்தும் இருள் கவிந்துகிடக்கிறது
ஐந்து முழக் கயிற்றில்
வாழ்வினைத் தொலைத்த எருது
ரொறன்ரோப் பெருநகர சி.என். கோபுரக் கட்டையை
சுற்றிச்சுற்றி வருகிறேன்
கட்டில் சுற்றி இறுகும் போதிலெல்லாம்
மனம் குறுகித் தவிப்பதும்
மீளச் சுற்றி விரிகையில் நெகிழ்ந்து பரவசமாவதுமாக
தொலைகிறது காலம்

என்றோ ஒரு புள்ளியில்
கயிறு முறுகி இறுகி இற்று அறும்

துளி நைப்பாசை
துடிக்கிறது இதயம்
இன்னும்
இன்னும்

இன்றும்

✦ ✦ ✦

ஓகஸ்ட் 14, 2010

யாதும் ஊரே

இருள் உதிர்ந்து செக்கல் கவிய நுகத்தடி விலக்கி
மீள்கிறேன்
பெருமழைக்கால நதிகளை ஒப்ப
நீளக்கிடக்கிறது
நெடுஞ்சாலை
வளைந்தும் நெளிந்தும் சுழித்தும் வாகனங்கள்
விரவிப் பாயுமிப் பொழுதில்
எதிர்படும் குளிர்காலத்தின்
முதல் பனித் துகள்கள் சொரியத் தொடங்குகின்றன
அகதி உறைவில் இருபது குளிர்காலத்தைக் கடந்து
நடந்தவன்
இருந்தும் ஒவ்வொரு உறைகாலத்தின் தொடக்கத்திலும்
பேரச்சங்கொள்கிறது
மனது
போர்க்கால ஆயத்தங்களோடு கணப்பியைச் சரிபார்த்தும்
மதுப்பெட்டியைப் போதுமான அளவு நிரப்பியும்
எனக்கான பதுங்குகுழியைத் தயார்செய்கிறேன்
இச் செயல்களையெல்லாம் வேடிக்கை பார்க்கிறான்
என் பேரன்
நான் மறுத்தும்
அடம்பிடித்து வாங்கிப்பெற்ற
பனிச் சறுக்கியோடு கிளம்பிவிட்டான்
வடக்கே
பனித்துகள் சொரிந்து நிறைந்த வெண்மலைப்பகுதிக்கு
ஒரு போர்வீரன்போல

அவன் என்ன
என்னைப்போல் வாழ்ந்து தொலைத்துவிட்டுவந்த
ஊரின்
துயருறு நினைவோடு முதுமையைக் கழிப்பவனா?

இது அவன் தவழ்ந்த நிலம்
இனி அவனது தேசம்

✦✦✦

தை 23, 2012

பிரளய காலத்துப் பாடல்

சூரியன்; நிலவு; நட்சத்திரங்கள்
ஏதுமற்ற கருக்கலில் கரையொதுங்கிக் கிடக்கிறது
படகு
துடுப்பும் இல்லை
போனவர்களையும் அறியோம்
நான் பார்த்திருக்க நிகழ்ந்தது
மிகப்பெரும் பிரளயம்
என் எச்சரிக்கைக் குரலின்மேல் நின்று
எக்காளமிட்டுச் சிரித்தான் அரசன்.

இன்று
எங்கே என் குரல்?
எங்கே என் பாடல்?
எங்கே அதை மிதித்தெழுந்த வெறிச்சிரிப்பு?
எங்கே அரசன்?
எங்கே கையறு நிலையில் கலங்கிய மக்கள்?
எல்லாவற்றிக்கும் சாட்சியாக இருந்த நந்திக்கடலே
ஏனிந்த மௌனம்

போர்விட்ட காலை
உறைந்த குருதித் துளியெனத் தேங்கிக் கிடக்கிறது
அமைதி
படகை நெருங்கவே அஞ்சுமிக் கணத்திலும்
அழல் எழ
நான் விழித்திருக்கிறேன்
ஒரு பாடலற்று
உயரக் குரலற்று
பேச வார்த்தைகளற்று

மதுவின் நுரையில் மரணத்தைக் கொண்டாடியவர்கள்
மதுக் கலயங்களைக் கவிழ்த்துவிட்டு
எங்கே போகிறார்கள்?

பூக்களோடு!

✦ ✦ ✦

ஓகஸ்ட் 18, 2012

ஒரு அந்திமக் காட்சி

இலையுதிர் கால மரங்களின் கறைகள்
இடையே
இறகுதிர்ந்த கோழியின் உப்பிய உடலினை
ஒப்ப
சிக்குண்டு கிடக்கிறான் சூரியன்

காட்டு நாய்க் கூட்டங்களென
முகில் கங்குகள்
சுழித்தெழும் காற்றின் துணையொடு
சுற்றி வளைத்து வேட்டையாடுகிறது

வீழ்ந்தான்
கொடும் பகலெனச் சுட்டெரித்த கோடைச் சூரியன்
வேள்வித் திடலென
கண்ணுக்கெட்டிய வரையிலும் வானம்
குருதிச்சிவப்பு
ஒருதுளி மழைகூட இல்லை
இருந்தும் இடித்து முழங்கி முரசறைகிறது வானம்
மேல்வானக் கரையின் கீழ் விளிம்போரம்
வேட்டையில் வீழ்த்திய இரையை
நாலு புறமிருந்தும் கௌவி இழுத்து
கடித்துக் குதறிப் புசிக்கத் தொடங்குகிறது முகில்கள்
ஊன் தீரத்தீர கவிகிறது இருள்
என்னிடம் துயருமற்று மகிழ்வுமற்று
அச்சம் உறைந்து
பேயறைந்த மௌனம்

இப்போ சூரியனை விழுங்கிய வேட்டைப் பிராணிகள்
நட்சத்திரங்களென மின்னத் தொடங்குகின்றன

இருந்தும்
இருள் அகலவில்லை

நான் விழித்தபடி இருக்கிறேன்
புதிய புலரிக்காக.

✦ ✦ ✦

ஒக்டோபர் 09, 2012

அம்மா

நினைவுகள்
பெரும் சோலைக் காடு
ஞாபகத்தைத் தீட்டித் தோளில் சுமந்தபடி
இருள் வனத்தில் அலையும்
நினைவு வெட்டி
நான்

வனத்தின் அழகு
ஒலியின் மெல்லிய ரீங்காரம்
அதனைப் புறந்தள்ளி
மனதைச் சுண்டியிழுக்கிறது
ஒரு தாய்க் குருவியின் துயர் நிறைபாடல்
குந்தியின் சரிதம்

அவளென் நினைவுக் கானகத்தின் முதுமரம்
வனநீலி

தன் ஐஞ்சு குஞ்களுக்கும் உணவு தேடி
அலைந்த கதையைச் சொல்லும் போதில்
நாடோடியின் புல்லாங்குழலின் பிரவாகம் எழுந்து
மனதைப் பிழிந்து செல்கிறது

கொடிய விலங்குகளிடமிருந்து தன் குஞ்சுகளை
பொத்திக்காத்த கதை பறைகையில்
எழுகிறது
காட்டுப்புயலின் பேரோசை
கானகம் நடுங்க

மௌனம் கனத்த நெடுநீளப் பொழுதுகளில்
அதை அழித்து
இளமை நினைவினை மீட்டுவாள்
சுண்டி இழுக்கும்
ஈர இரவின் ஒற்றைப் பறையொலியில்

வசமிழந்து போகிறேன்

எப்போதாகிலும் அருந்தலாய்
தன் மகிழ்வைப் பாடும் கணங்களில்
மோனக் கடலின் மெல்லிய அலையொலி
மனதை வருடும்

இன்று
பனிப்புலத்தில் உழலும் வனவாசி நான்
தினமும் அலைகிறேன் நினைவுக் கானகத்தில்
துயருறு கணங்களை மீட்டி
எழுகிறது
தாய்க்குருவியின் பாடல்

வாழ்நாள் முழுவதும்
தன் சந்ததிக்கென்றே உழன்றவள்
பொத்தி வைத்திருக்கமாட்டாளா?

ஒரு துண்டுச் சேதி
சிறு பொறி?

✦ ✦ ✦

மார்ச் 24, 2011

கனவரவம்

எழுவதும் வீழுவதுமாய்க் கழிகிறது
நாட்கள்
பகல் முழுவதும் உடல் சோர்ந்த உறக்கம்
மின் உமிழ் ஒளியில் புலரும்
என் இரவு
சபிக்கப்பட்ட வாழ்வு
பெருநகரத்துப் பிரம்மாண்டத்திலும்
எந்திரங்களின் பேரியக்கத்திலும் ஒட்டி
உழன்றுகொண்டிருக்கிறேன்

ஆலை இரைச்சலை அழித்து உடல் அதிர எழுகிறது
பேரொலி
மின் அறுந்து
ஒளியிழந்து
இருளடர்ந்த
துளிக்கணத்தில் தறிகெட்டோடுகிறேன்
உயிர் வேண்டி

இரண்டு போர்விமானங்களின் இரைச்சல்
அடங்க
நெருங்கி வருகிறது ராணுவ வாகனங்கள்
சீருடை மனிதர்; புரியாத மொழி
எதையோ எடுத்து வீசுகிறார்
வெளியில்
அதிலிருந்து சீறி விரைகின்றன குண்டுகள்

விழி பிதுங்கிப் புலன் ஒடுங்கி உடல் பதுங்கி
நகர்கிறேன்
என்மீதில் வீழ்கிறது ஒரு கொள்ளிக்கண் வீச்சு.
பாய்ந்து வீழ்ந்து
சிறு பள்ளத்துள் பதுங்குகிறேன்
பொறியைத் திருகி ஒரு கைக்குண்டை வீசுகிறான்
இனிச் செத்தேன்
'ஐயோ'

திடுக்குற்று
விழித்த முழிகளைக் கொத்த
சன்னல்வழிப் பாய்கிறான் வெய்யோன்
'மிட் லான்ட்' வீதியில் 'பனி' தள்ளிச் செல்கிறது
பாரிய வாகனங்கள்

போர் தவிர்த்து
நீள நடந்து
இருபது ஆண்டுகள் கழிந்து
பிழைத்தேன் என்றொரு நினைப்பு
ஒரு கண்கொத்திப் பாம்பென
பின்தொடர்ந்து துரத்துகின்றன
போர்க் கனவுகள்

பெரு வலியெனக் கடந்தது
என் வாழ்வு
இனி
எப்படியாவது போகட்டு

இன்றென் மனவலியெலாம்
முள்ளிவாய்க்காற் பெருந்துயர் கடந்த
குழந்தைகள் பற்றியது

சிறுபிஞ்சு மனங்களை
இன்னும் எத்தனை ஆண்டுகள்
தீண்டித்தீண்டித் துரத்தப் போகிறது
கொடுங் கனவுப் பாம்புகள்?

✦✦✦

பெப்ரவரி 23, 2011

அவர்களையும் வாழவிடு!

அரண்மனை ஒப்ப மாளிகை வீடுகள்
வீட்டின் முன்புறம் சொகுசுக் கார்
ஒன்றல்ல
இரண்டு... மூன்று

நுழைந்தால்
அகலத்திரை ரி.வி, கம்பியூட்டர்,
உயர் விலைச் 'சோபா' இருக்கைகள், சொகுசுப்
படுக்கைகள்
'ஹோம் தியேட்டர்' மற்றும்
ஆடம்பர ஆங்கில உபசரிப்பு
உச்சம்

கல்லூரிப்படிப்போடு
இசை, நடனம், கராட்டி, நீச்சல் மற்றும்
கரேபியன் நாட்டில் மருத்துவப் படிப்பு
எனப் பிள்ளைகள் பற்றிய பெருங்கதையாடல்கள்

கல்யாணம், பூப்புநீராட்டு, அரங்கேற்றம், 'பாபக்யூ
பார்ட்டி'
கலைவிழா, கோவில், திருவிழா, ஊர் ஒன்று கூடல்
இத்தியாதி இத்தியாதியென
கழியும் வார இறுதிகள்

இடையிடையே
'கியூபா', 'புளோரிடா', 'கரேபியன் தீவுகள்' என
உல்லாசப் பயணங்கள்

ஊர்?
வேண்டுமாயின்
ஒருமுறை போய்ப் பார்த்து வரலாம்

தமிழ்?
புதிய தலைமுறை
ஆங்கிலத்தில் எழுதிக் கொஞ்சு தமிழில் பேசுகிறார்கள்
அடுத்த தலைமுறை?

கனேடியப் புலத்தில்
மெல்லெனக் கரைந்தோம் தான்
காண்!

இருந்தும் நாங்கள்
பேசிக்கொண்டுதான் இருக்கிறோம்
புலன்
பெயர்ந்து
இலங்கைத் தமிழர்களின் எதிர்காலம் பற்றி
பிறிதொரு யுத்தத்தின் அவசியம் பற்றி
மற்றும்...
மற்றும்...
மற்றும்...

✦✦✦

ஏப்ரல் 21, 2011

நிலம்

பறவைகள் எல்லாம் போய்விட்டன
இலைகளை உதிர்த்துவிட்ட மரங்களில்
பூத்திருக்கிறது
பறவைகளற்ற வெறுங்கூடு
வெயில் முறுகித் திரைந்த காலத்தில்
கொட்டுகிறது
அடைமழை
கொம்பரிலிருந்து அவிழ்ந்து தொங்கும் நீளக்கூந்தல்
காற்றில் அலைய சதிராட்டம் போடுகிறது
விலோ மரம்
சிலிர்த்துக் கிடக்கின்றது மலைச்செவ்வந்தி
பூக்களை முகர்ந்துசெல்ல
சிறு வண்ணத்துப்பூச்சி கூட
இல்லை
நாக்கைத் தொங்கவிட்டபடி
உலாவத் தொடங்கிவிட்டது
குளிர்
கதவை மூடிக் கணப்பியை முடுக்கி
வெளியை வேடிக்கை பார்க்கிறேன்
பருவம் அறிந்து
முற்றத்துத் தோட்டத்தில்
'டூலிப்ஸ்' முகிழ்களைப் புதைக்கிறாள்
என் மகள்

இது அவளது நிலம்

✦ ✦ ✦

நவம்பர் 11, 2011

உயிர்த்திருக்கும் மரம்

நிறைந்திருக்கும் பறவைகளால் உயிர்த்திருக்கிறது
மரம்
ஒவ்வொரு தடவையும் சிறகடித்து
எழுந்து
அவை மீளவந்து அமரும்போது
இலைகளை உதிர்த்து
புதுத்துளிர் எறிகின்ற
உணர்வெழுகிறது.
கூடுமுடைந்து
இணைகூடிக் குலவுங்காலத்தில்
பூத்துச் சிலிர்க்கின்ற உற்சாகம்
தொற்றிக் கொள்கிறது
குஞ்சுகளோடு
அவை குரலெடுத்துப்பாடும் காலை
மெய்மறந்து தூங்குகிறது
கொடுங்கோடையிலே
குளம் வறள
அவை இரைதேடி அலைகையில்
மனம்சோம்பித் துவழ்கிறது

நிறைந்திருக்கும் பறவைகளால்
இன்றும்
உயிர்ப்போடிருக்கிறது
பட்டமரம்

✦ ✦ ✦

நவம்பர் 18, 2011

நட்புலகு

உச்சி வெளிக்க உதட்டுக்குக் கீழே சிறிதாய்
குட்டித் தாடிவிட்டேன்
"சேரன் என்ற நினைப்போ"
என்றானொருவன்

சரிதான் போடா என்றபடி
தாடையிலே தாடி சற்றுப்படர விட்டேன்
"அச்சொட்டாய்
ஜெயபாலன் போலவே இருக்கிறாய்"
என்றான் இன்னொருவன்

அழல் ஏற
காட்டுப்புதர் போல
அதன்பாட்டில் வளரவிட்டேன்.
திடீரென ஒருவன்
"தேவதேவன் சாயல் தெரிகிறது" என்றான்.

இன்னும் வளர்ந்தால்
அசலில் விக்கிரமாதித்யன் நம்பி
என்பார்களோ?

வியப்பாயிருக்கிறது
எனைச் சூழ்ந்த நட்புலகு

மூஞ்சியில் முளைத்த நாலு நரைமயிரைக் கூட
எனதெனக் கொள்ளாருலகில்.
வேறு
எதைப் பாட?

✦✦✦

வன்னி 2012

காலக்கொடும்பசி
வெட்டி நிமிர்கிறது மின்னல்
பெருமழை
சுழித்தெழுகிற காற்றுக்கு
ஒரு கிளையைக் காவுகொடுத்துவிட்டு நிற்கிறது
முற்றத்து மரம்

கிளையோடு
போயின
குருவிகள் குடியிருந்த சிறு கூடும்
இறகரும்பாக் குஞ்சுகளும்

என் தலை சுற்றி
கோரக் குரலெழுப்பி
குருவி இரண்டும் வட்டமிட்டுக் கதறித் தீர்க்க
ஆழக்குழிதோண்டிக்
குஞ்சுப் பிணங்களின் கருமம் முடிக்கிறேன்
கடும்துயர் சூழ

அன்றிலிருந்து ...
போனவைதாம்
மீளவேயில்லை
உயிர்பறுந்து வெறும் பாலையாய்
கழிந்தது
மூன்று இளவேனிற்காலம்

இன்று
காலையில்
என் குருவியின் கீச்சொலியில்
திடுக்குற்று விழித்தேன்

ஒருகணம் தலைசரித்து
விழி நிமிர்த்தி
சினேகமாய்க் குரல் தந்து
அலகில்
புல்லிதழ்லொன்றைச் சுமந்தபடி
கூடிணக்கச் செல்கிறது
மறுகிளைக்கு

மறுகா.

✦ ✦ ✦

மே 25, 2012

விண்ணப்பம்

போர்
பெரும் சூறையாய் எழுந்து
சுழற்றி வீசிற்று

வீழ்ந்தேன்
ரொறன்ரோ பெருநகரத்துப் பேழை வயிற்றுள்

இன்னும் கிடந்து மாய்கிறேன்
செரிக்காது

பாரிய எந்திரத்தின் சக்கரத்தில் ஒட்டிய
இரும்புத்துண்டென உழன்று உழன்று ஓடி
நசிகிறேன்

பெருந்தெருக்களில்
எதிரும் புதிருமாய் விரையும் வாகனங்களிடை
தவறி வீழ்ந்த துண்டுப் பொதியென

நாலாபுறமும் அடிபட்டலைந்து
சிதறுண்டு போகிறேன்

வின்ரர் பனியின் உறைவில்
விறைத்து விறைத்து
உடல் நைந்துபோயிற்று

ஓசோன் பொத்தலில் ஒழுகும் நெருப்பில்
தோல் பொசுங்கி வேகிறது

ஆண்டுகள் இருபது கழிந்தும்
இன்னும்; இன்றும்; இக்கணமும்
இந்தப் பாழும் உடலைச் சுமந்து சுமந்து
அலைகிறேன்

நடைபிணமாய்க் கனக்கிறது
உடல்

ஒருகால்
இற்றுச் செரித்து
மண்ணில் உரமாய் வீழ்ந்தால்
நாளை
இன் நிலத்துக்குரிய ஒரு மரமாயெனினும்
எழுவேன்

✦✦✦

செப்டெம்பர் 04, 2012

பின்னொரு கவிதை

பின் மாலை

முற்றத்து மேபிள் மரத்தின் கீழ்
குந்தி இருக்கிறேன்.

நேற்றுச் சொரிந்த பெருமழையின் தடம்
துளியும் இல்லை

சூரியப் பெட்டை
தன் மாராப்பை அவிழ்த்து வீசிவிட்டுப் போகிறாள்
துயிலுக்கு

வான்வெளி அடங்கிலும் விரிந்து படர்ந்து
மெல்ல இறங்கி
மரங்களின் மீது படிகிறது
கண்தொடுமிடமெலாம் தாம்பூலச் சிவப்பு

மாலை அழகு; மாய அழகு; மனது
மயக்கும் அழகு
நான் மருகிக் கிடக்கிறேன்
கவிழ்ந்து கிடக்கிறது மதுக்கிண்ணம்

இனிக்
காலம் உறங்கிவிடும்
நான்கு மாத நெடுந்தூக்கம்

ஒரு அகதிக்கேது உறக்கம்?
உதிரும் வரையிலும் உழல்வதே வாழ்வு

சிறு வண்ணத்துப் பூச்சியென
மரத்திலிருந்து
அவிழ்ந்து
என் உடல் தழுவி மடியில் வீழ்கிறது
முற்றிப் பழுத்த
இலை

இப்போ என் மனம் அவாவுவதெல்லாம்
எப்போ நான் அவிழ்வது
மீள
இம் மண்ணின்
மரமாய்த் துளிர்க்க?

✦ ✦ ✦

செப்டெம்பர் 04, 2012

அறம்

இரட்டைக் கோபுரம் நொருங்கிப் பொடிபட
எழுந்தான் அரசன்
உலகதிர.

அவன் நடந்த காலடிக்குள்
நசுங்கிச்
சிதைந்தன பழம்பெரும் தேசங்கள்
இரண்டு.

மூச்சுக்காற்று
பட்ட இடமெல்லாம் பொசுங்கி
நாறிச்
சாம்பலாயிற்று.

மூலம் இவனே என்றுரைத்து
நடு இரவில்
ஒருவனைக் கொன்று வீசினான்
கடலில்

ஒரு தசாப்தப் பெருநினைவில் கூடிக்
கலைய
கடலிருந்தெழுந்தது
'சாண்டி'ப் புயல்!

இம்மியளவும் பிசகாது குறிவைத்தடித்தது
மீள
அஃதே இரட்டைக் கோபுரப் பட்டணம் பொடிபட்டு
முடங்க.

அரசன்
அறம்
பிழைக்கின்
புதுப்புதுப் படைக்கலன் இருந்தென்ன
முப்பத்து முக்கோடி சேனைகள் இருந்தென்ன?

✦✦✦

ஒக்டோபர் 30, 2012

சிறை

நான் அந்த ஓவியத்தை வரையத் தொடங்கியபோது
வானம் கருக்கொண்டிருந்தது.
மழை மேகவண்ணத்தால் பின்புலத்தைத் தீட்டினேன்

காற்றுக் குதிரையில் பாயும் முகில்களுக்கிடையே
சின்னதோர் விரிசல்
ஒளி பாய்ந்தது
அதையே பிடித்து வாயிலில் நிரப்பினேன்
கரிய பறவைகள் தென்திசை பார்த்து ஊடறுத்தன
கம்பிக்கிராதிகளால் கதவு சமைத்தேன்

வீழ்ந்தது இருள்
அதை தூரிகையில் தோய்த்து
பெரியதோர் பூட்டைத் தொங்கவிட்டேன்

கொடிய
சிறைக்கூடம் அமைந்தது திரையில்

ஓரிரு நட்சத்திரங்கள் மின்னத் தொடங்கின
இரண்டைப் பிடித்து கண்களில் பொருத்தி
வாயிலில் ஒருவனைக் காவல் நிறுத்தி
அவனது கைகளில் துவக்கை எழுதினேன்

இருந்தும்
வெறுமை உணர்த்த
தூரிகையை வைத்துவிட்டு
உள்ளே நுளைந்து அமர்ந்துகொண்டேன்.

பார்ப்பவரெல்லாம்
தத்ரூபமாக இருக்கிறது ஓவியம் என்கிறார்கள்

இப்போ
மனசில் கடும் பதற்றம்

உள்ளேயிருந்து
தவிக்கிறேன்
திறவுகோலைத் தீட்டமறந்த நான்.

✦✦✦

டிசெம்பர் 14, 2012

பசி

அசேதனங்கள் பொசுங்கி நாறும்
காற்று
தூர்ந்து
சிதைந்த பதுங்குகுழி
உடல் சிதறி
திரிபுற்ற முண்டம்
நாய் உருட்ட
இலையான் காகங்களுடன் அலையும்
தலை
குழிக்குள் இறுகிய விழி
குருதி உறைந்து காய்ந்த மதகு
ஆயுதக் கரங்கள் பன்னிரண்டும்
முறித்து
மூளியாய் நிற்கும் கடவுள்
சிலை
இன்னும்
நம்பிக்கையெடுக்கும் முடவன்
பரட்டைப் பாலை
பட்ட மரநிழல் ஓரம்
வெறும் முலையைப் பொச்சடிக்கும் குழந்தை
நினைவு

நீரூற்றி
நெகிழ்ந்து
நொதித்து நாறும் பழைய சோற்றை
அள்ளி விழுங்குகிறள்
தாய்.

✦✦✦

டிசெம்பர் 10, 2012

பின் மழைக் காலம்

அந்தி சாய்கிறது
யன்னலினோரம் வெளியை வெறித்திருக்கிறேன்
இன்னும் மழை.
மரங்களில்
பறவைகள் விட்டுப் போன வெறும் கூடுகள்
மேல்
கருமை கவிகிறது
செம்பழுப்பூறிய இலையுதிர்கால
பறவைகள் போலவே
விடைபெற்றுப் போயிற்று
என்வாழ்வின் பெரும் பகுதி
தீர்ந்துபோன மதுக்குப்பிபோல
வெறுமை மண்டிக்கிடக்கிறேன்
கொடும் பனிக்காலத்து நெடிய இரவை
நான் கடந்தாகவேண்டும்
இருள் மண்டி
மனசு துயருறுமிக்கணத்தில்
விளக்கில் ஒளியூட்டி
தன் பிஞ்சு மகவைக் கைகளில் தருகிறாள்
என் மகள்
சிறு புலுனிக்குஞ்சென
மெல்லிதழ் நெளித்துப் பூக்கிறாள்
புன்னகை
நீளக் கொடிவிட்டு வீழ்கிறது
மின்னல்
என்னுள்.

✦ ✦ ✦

டிசெம்பர் 05, 2012

இரவின் நதி

இன்று முழுநிலா இல்லை
நல்ல பால்போல் ஒளிர்கிறது வெள்ளிப்பனி

காற்றும் கடும் குளிரும்.
நடுங்குகிறது நிலம்.

கையிழந்த முடம்போல விழித்திருக்கிறேன்
நிலத்துக்குக் காவலாய்

பெரும்கடலென விரிந்து கிடக்கிறது
அண்டம்

இப்போ நான் சிறு மீன்குஞ்சு
ஆழச் சுழியோடி நீந்திக் கடக்கிறேன்
காலத்தை

முடிந்தகாலம் ஈரம்
எதிர்காலம் கனவு
இடையே கண்ணீர்

திடுக்கிட்டு விழித்தபோது

பனித்துகில் போர்வைக் கதகதப்பு
ஆழ்ந்த உறக்கம்
காலடியில் கிடக்கிறது
நிலம்

✦ ✦ ✦

மார்ச் 05, 2013

குருவிப் பூ மரம்

பனிப் பூ உடை களைந்து
மரங்கள் பச்சை சாத்தும் கணம்
அழகு

குளிர்ப்போர்வையைத் தூரக் கடாசிவிட்டு
பின்முற்றத் தோட்டத்தில்
இறங்குகிறேன்.

உதிர்வதும்
பின் உருக்கொண்டெழுவதும்
இயற்கையின் அதிசயம்
மருந்து
மரத்தொடு மனசுக்கும்.

இல்லையெனில்
கசப்பின் நோய் படர்ந்து
துயர் மண்டித்துவண்டு மாண்டிருப்பேன்
என்றோ

வெயில் ஏற
நிலத்தோடு கீறி
அழுகி
மக்கிப் படர்ந்த சருகுடல் கிழித்து
மெல்ல எழுகிறது
நான் புதைத்து வைத்த சிறு வித்தின்
சிசு

குழவியழகு
மனசு குதிர்ந்து கொண்டாட
தோள்மீதில் வந்து வீழ்கிறது
சோடிச் சிறு குருவி

காதல் மொழிவதும் கூடு முடைவதுமாய்
காதோரம் களிகொள்ளக்
கவிந்து பொழிகிறது வானம்
என்னுள்

பெருகிப் படர்கிறது காலம்
எழுந்து விரிகிறேன்
பெருமரமாய்.

இப்போ
என் கிளைகளில் தத்தித் தவழ்கின்றன
குருவிப் பூக்கள்

இறகரும்ப
மரத்திருந்து அவிழ்கின்றன
குஞ்சுகள்

கட்டறுந்து மிதக்கிறேன்
நான்

✦✦✦

மார்ச் 14, 2013

நினைவுச் சுமையொடு
இப்பூனைச் சுமையையும் சுமந்தபடி
இன்னும்
எத்தனை தூரம் நடப்பேன்?

நோயில் பத்து

1.

விழித்திருப்பவனுக்குத் தெரியும்
இரவின் நீளம்
'வெஸ்டேர்ன்' வைத்திய நிலைய எட்டாந்தளப்
படுக்கையொன்றில் தூக்கமிழந்து புரள்கிறேன்
மின்விளக்குகள் தயவில் ஒளிர்கிறது
தொறன்ரோ நகர்
இருளடர் காடென
நிசப்தம்
செவிப்பறை அதிர்ந்து பொடிபட எழுகிறது
அடுத்த படுக்கைப் பிணியாளனின்
பெருங்குரல்
யன்னலினோரம் விழியுயரக் காத்திருக்கிறது
அந்த ஒற்றைக்கண் கறுப்புப்பூனை
எப்போதும்
என் நிழலென அலையும்
அதன் விழிகளில்
இன்று துளியளவும் சினேகம் இல்லை
பசி
அதன் சுடுவிழிப்பார்வை விலக்கி
மறுபுறம் புரண்டு
உதடுகள்மீதில் நாவுலாவி ஈரப்படுத்துகிறேன்
கடந்து நடந்து நெடுத்த வாழ்வில்
பெரும்பாடு சுமந்தவன் நான்.
இருந்தும்
இன்று
மனது கிடந்து துடிக்கிறது

✦✦✦

ஜனவரி 29, 2014

2.

வலிய இரவு
கடும் பனிப்புயலில் மூடுண்டு கிடக்கிறது
தொறன்ரோ நகர்
'மிட்லான்ட்' சாலையில் 'ஸ்னோ' தள்ளிச் செல்லும்
தொடர்வண்டி இரைச்சலில் திடுக்குற்று
விழிகிறேன்.
பூனையின் கண்ணென
மின்னிமின்னி ஒளிர்கிறது
நீல விளக்கு.
யன்னலோரம் பார்வை விழத் திடுக்குற்றேன்.
எங்கே அது?
மனசுறுத்த தலை நிமிர்த்த
அது குந்தியிருக்கிறது என் கால்மாட்டோரம்.
ஒற்றை விழியிருந்து ஒழுகிவழிகிறது
வாஞ்சை.
என் உயிர்ப்பில் உயிர்த்து
மெல்லவிலகி
யன்னல் கடந்து வெளியோரத்தில் குந்துகிறது
மீள.
இப்போ இருவரும் எதிரெதிரே.
இடையே
சதுரங்கப் பலகையென விரிந்து கிடக்கிறது
வாழ்வு
திடீரென ஒரு குதிரை வீரனை
ஒற்றைப் பாய்ச்சலில் முன்னிறுத்தி
எச்சரித்துக் காத்திருக்கிறது பூனை.

இனி
எனது முறை.

✦ ✦ ✦

பெப்ரவரி 05, 2014

3.

சன்னலினூடு நீளக்கிடக்கிறது
பகல்.
ஒரு மண்புழுவின் பிரயத்தனத்துடன்
பொழுதைக் கடக்க முயல்கிறேன்

கதிர் முற்றிச் சரிந்த வயலென
பனிகொட்டிக் கிடக்கிறது.
திணைப்புலத்து வெருளிபோல் வெறும்
பனிப்புலத்தை வெறித்திருக்கிறேன்

பின் வளவோரம் எலும்புக்கூடென விறைத்துறங்கும்
'விலோ' மரக்கிளைகளிலே
ஒன்றை ஒன்று துரத்தும் அணில்களில் ஒன்றாய்
மாறிப் போகிறேன்
ஓடுவதும் துரத்துவதுமாகக் கழியும்
இந்த நெடும்பகலிலிருந்து
'அப்புச்சி' என தன் மழலைக் குரலால்
விழித்து
எனைமீட்டு அழைத்து வருகிறாள்
'பொன்னி'
அவள் பிஞ்சு விரல்களுக்குள் நான்
சலனமறக்
கரைந்து போகிறேன்

✦✦✦

பெப்ரவரி 18, 2014

4.

வாழ்வு பெருங்கடல்
சிக்கிச்சுழியில் தத்தளித்து
முக்கி மூன்றாந்தடவை மேலெழுந்த கணத்தில்
சிட்டுக்குருவியைப்போல்
விட்டு விடுதலையாதல் விரும்பி
மரணமே ஆயினும்
விடுதல் கொடு!

இறைஞ்சினேன்

என் குரலில் எழும்பிய பேரலை அடங்கவில்லை
நாவில் நீர் சொட்ட காலடியில் காத்திருக்கிறது
ஒற்றைக்கண் கறுப்புப்பூனை

பசியொடு மிடியொடு வடுவொடு வலியொடு
போரொடு குளிரொடு துயரொடு பனியொடு
தோளொடு சுமந்த சிலுவைப்
பாடொடு
கல்வாரிமலை உச்சியிலே நிற்கின்றேன்

கையில் ஆணியும் மரச்சுத்தியலுமாய்க் காத்திருக்கிறார்
'பரிசேயர்'

இப்போ என் போராட்டமெல்லாம்
பாடு சுமப்பதா? பாடு துறப்பதா?

செவிட்டுப் பூனையே !
நான் பாடு சுமந்த வியாகூலக் கதை கேட்க
காத்திருக்கிறாள்
'பொன்னி'

சற்றே தள்ளிப்படு.

✦ ✦ ✦

மார்ச் 06, 2014

5.

இன்று ஞாயிற்றுக் கிழமை
இரை விழுங்கிய மலைப்பாம்பை ஒப்ப
அசைவறப் படுத்திருக்கிறது பகல்

வெறுமையின் கசாயத்தைப் பருகியபடி
படுக்கை அறைச் சன்னலினூடாக
பொழுதைக் கடக்கிறேன்

இலையுதிர்த்த மரங்களினின்றும்
முறுகித் திரண்ட முனிவன் சடையென
தூங்கும் தூவலில்
சிறு அலைவுமிலை
துளி காற்றுமிலை.

கொம்பரிலோடி உயிர்ப்பினைக் காட்டி
என் பொழுதினைச் சுருக்கும்
கறுப்பு அணில் கூட
இன்றிலை

குளிரின் கொடுமையை அழுதழுது கடக்கிறது
கணப்பியின் புகைபோக்கி.

அசையும் எதையும் அருந்தும் விழிக்கு
இன்று அதிலெழும் புகையொன்றே விருந்து.
சன்னலினோரம்
தன்னொற்றைக் கண்ணயர்ந்துறங்கும்
என் கரும்பூனைச் செயல் கண்டு
மனம் சற்றுத் துளிர்க்கிறது.
கசந்து
பொழுது சாயும்போதில்
மெல்லக்கனிந்து
சிறுபுள் தூவி இறகென இறங்குகிறது
வெள்ளைப் பனி.

திருமாவளவன் கவித்தொகை

இஃதே
இப்பருவத்து இறுதிப் பனியாய் அமைக.
இக் குளிர்நாள் கடந்தால்

மரம் துளிர்க்கும்
பறவைகள் வந்துவிடும்
என் நோய் துவட்டும்.

✦ ✦ ✦

மார்ச் 16, 2014

6.

மெல்லக் கழிந்தது
நிலவற்ற இரவும் பேய் மழையும்.
இன்று
புதிய காலை
உறைபனித் தடம் அழித்து
மூச்செடுக்கிறது நிலம்

இலையுதிர் காலத்திருந்து
பனியுறைவின் கீழமுகி
இற்ற இலைகளின்
கொடுநாற்றம் பூசிக் கொண்டாடித் திரிகிறது
காற்று

கண்களை இறுகமூடி
அகந்திறந்தேன்
மனசின் அடி ஆழத்துள் உறங்கிக் கிடக்கிறது
என் கறுப்புப் பூனை.

பொன்னியின் பிஞ்சு விரல் பற்றி
படியில் இறங்கி
மெல்ல நடக்கத் தொடங்கினோம்

முற்றத்து மொட்டை மரத்தில்
வந்தமர்ந்த குருவியைச் சுட்டி
குதூகலிக்கிறாள்

கறுப்பு வெள்ளைத் தோகையும்
மிரள்பிஞ்சு விழிகளுமாய்
இவ் இளவேனில் காலத்தின் முதல் விருந்தாளி

ஈந்தேன்
ஐந்தாறு தானியச் சிறுமணிகளை.

முற்றத்தில் புதைத்து வைத்த ‘டூலிப்’ முகிழ்கள்
நிலத்தோடு கிழியத் துளிர்த்தெழும்
துரிதம் கண்டு வியக்கிறாள்

எனக்கு:
நாளை பற்றிய கனவுகள் இல்லை
எந்த எதிர்பார்ப்பும் கிடையாது
ஒவ்வொரு கணத்தையும் சுகிப்பதே வாழ்வு

அரிதில் கிடைத்த சிறுதுளி வெப்பத்தில்
முகிழ்த்து
முகிழ்த்தகணமே விரைந்து பூத்து
மகிழ்ந்தழியும்
இந்த 'டூலிப்' செடிபோல
வாழ்வு.

✦✦✦

ஏப்ரல் 10, 2014

7.

பின்மாலை
முற்றத்து செம்மேப்பிள் மரத்தின் கீழ் நிற்கிறேன்
வெயிலின் மீதியைச் சொட்டுகிறது
இலைகள்

நெடுநாட்களின் பின்
அருந்தலாய் வந்து குதிர்ந்த குருவிக்கு
முற்றிக் கனிந்துதிர்ந்த
சொற்களில் சிலதைத் தந்தேன்
கொத்துவது; கொறிப்பது; கோதுவது; பின்
துப்புவது என
பொழுதைக் கழித்துவிட்டு
மறைகிறது குருவி

இருள் பரவ
தங்குவேட்டைக்காரனைப்போல்
வெறுங்கையோடு வீடு மீள்கிறேன்

அடுப்பில் தீமூட்டி
நெருப்பெரியக் காத்திருக்கிறாள்
கவிதை கேட்டவள்.

இன்று எதை ஈவேன்
அவள் உதட்டில்.
எஞ்சியிருக்கும்
ஈரமறச் சிறு முத்தம் ஒன்றைத் தவிர

✦ ✦ ✦

யூலை 14, 2014

8.

குளிர்
எல்லாச் சன்னல்களும் மூடிக்கொண்டு வருகிறது

இருள்.

இப்போ எனக்கும் உனக்கும்
இடையில் இருப்பது
இச்சிறு கண்ணாடிச்சுவர் ஒன்றுதான்.

நான் பெருவெளியில் விழிவைத்து யாசித்திருக்கிறேன்
அவாவுற்று மனதிருந்து புறப்படும்
ஒவ்வொரு கனவும்
கண்ணாடிச் சுவரில் மோதித் துவழ்கிறது

வெள்ளைப்பனி வெளியை மூடி
மறைக்கத் தொடங்க
எங்கோ தூரத்தெரியும் சிறு ஒளிப்பொட்டில் குவிகிறது
விழி.

இப்போ
பனித்துகள்களை வாரி அள்ளியபடி
எழுகிறது காற்று
அலைகிறது சுடர்

என்னை உற்றுப் பார்த்தபடி
கட்டிலே நின்று சுற்றுகிற கறுப்புப் பூனை
மீசை உயர்த்தி
"ஆசையைப் பார் இன்னும்"
என்பதுபோல் நகைக்கிறது

கணப்பொழுதில்
ஆளியை முடுக்கி விளக்கில் ஒளியேற்றி
என் கனவை முடக்கி
"ஏன் இருட்டில் இருக்கிறீர்கள்"
என்கிறாள் 'பொன்னி'.

என்னுள்
கனலும் நெருப்பின் ஒளியை அறிவாளா
அவள்?

✦ ✦ ✦

(ஆளி – Electric switch)
டிசெம்பர் 18, 2014

9.

பனி கொட்டிக்கிடக்கின்ற இரவு
இன்று நிலா இல்லை
இருந்தும்
பாலென ஒளிர்கிறது நிலம்

காற்று
ஒரு தேர்ந்த ஓவியன்
பனிப்பூக்களை அள்ளியிறைத்து வரைகிறான்
அகாலத்தை

துயிலிழந்து
சன்னலோரம் குந்தியிருந்து வெளியில்
விழிவைத்துக் காத்திருக்கிறேன்.

முன் கால்களை நீட்டி
அதன் நடுவில் முகம் பதித்து
கடைக்கண் வீசிப் பார்த்திருக்கிறது
பூனை.

நான் பூனையைச் சுமந்து அலையத்தொடங்கி
இன்றோடு கழிந்தது
வருடம் ஒன்று.
வேம்பின் கசப்பெனச் மண்டிக் கிடக்கிறது
சலிப்பு.

இருவர்க்கும்.

எப்போதும் உள்ளுறைந்தலையும்
அதனோடு
பயம் விலக்கி சற்று விளையாடவும்
சமயம் பார்த்து
ஏய்த்து
விலகவும் முயன்றேன்.

என் எல்லா உத்திகளையும்
எளிதாய்
அழித்து என் மீதில் எழுதுகிறது
தன் காதலை.

அதிசயமாக
'பொன்னி'யைக் கண்டால் மட்டும்
அது ஒழிந்து மறைந்துறையும்
மாயம்
இன்று வரை
எனக்குப்
புரியாத புதிர்.

✦ ✦ ✦

பெப்ரவரி 10, 2015

10.

அடரிருள்.
துயர் கவிந்த இரவு.
பெரும் பெயல்க்கால அந்திமருங்கலில்
என்னூர் முச்சந்தித் தெருவிளக்கில்
ஈசல் விழுவதை ஒப்ப
சொரியத் தொடங்குகிறது
பனி.

உறைபனியைக் கரைக்கவென
வீதியிலே
உப்பெறிந்து நகர்கிறது
நகரசபை வண்டி

இன்று
யார் உப்பிட்டார்
என்னுள்?

நெடுநாளின் பின் அருந்தலாய்
முற்றத்தில் குதிரும் குருவியைப்போல்
அம்மாவும்
என் முன்னோர் நீளக் கொடிவிட்டு வர்ழ்ந்த
ஆதித்தாய் வீடும்
நான் தவழ்ந்தெழுந்த நிலமும்
நினைவுகளும்
கிடந்து
கரைகிறது

நினைவுச் சுமையொடு
இப்பூனைச் சுமையையும் சுமந்தபடி
இன்னும்
எத்தனை தூரம் நடப்பேன்?

கரையட்டும்
உருகி ஓடட்டும்
வெறுமையாய் எஞ்சட்டும் என் கூடு
எடையிழந்து
சிறு பறவையின் இறகுபோல் பறப்பதற்கு
எளிதாய்.

விழிகரைய
நினைவொழுக
காலப் பெருவெளியை நெடும்பொழுது
கடந்திருந்தேன்
கண்துஞ்சி வீழ்ந்தது நினைவில்லை.

மறு காலை
ஒளிமின்ன வெள்ளைத் துகிலில் வழுவி
முலைதுலங்கக் கிடக்கும்
'கருணா' வரைந்த ஓவியம்போல்
பனி போர்த்துத் துயில்கிறது
நிலம்.

பனிமேல் ஊடறுத்து நடந்த
ஒற்றை விலங்கின் தடங்காட்டி
ஏதென விழிக்கிறாள்
பொன்னி.

இரவில்
பூனை நடந்த காலடிகள்
என்றபடி
மனசுறுத்தத் தேடுகிறேன் எனதை

விழிக்கடையில்
எள்ளல் சரிந்து வீழ
அவள் மறைவிருந்து நகைக்கிறது
என் பூனை.

✦ ✦ ✦

(கருணா: ஓவியர். நண்பர்)

பெப்ரவரி 16, 2015

எனினும்
விடுவதாயில்லை.
ஒவ்வொரு தடவையும் இரையுடன் தப்பும்போது
மரணத்தை ஏய்த்து மீள்கிற உற்சாகம்
என்னுள்.
வீழும் வரையிலும் வாழ்வதே
வாழ்வு

பசித்திரு

குளிர் முற்றி
வனம்பற்றி எரியுமித்துருவ கானக வெளியில்
தனித்திருக்கிறேன்.

தனிமைக் கொடுநோயில்
உடல் தகிக்க
ஒற்றைச் சிறு குருவியுமிலா ஆகாசத்தை
விழித்திருக்கிறேன்

அனலெனச் சுடுமிக் குளிர்நாளில்
என் சாம்பல் பட்சியின் நினைவு
குதிர்கிறது

அருந்தலாய் ஒரு இளவெயிற்பொழுதில்
வந்தமர்ந்ததென்
வளவில்

சாம்பர் பூசிப்படர்ந்த பசிய விலோமரத்
தூவலில்
இழைத்தாற்போல் தோகையும்;
சிறு புலுனிக் குஞ்சின் கீச்சுக்குரலிலெழு பாடலும்;
மிரள் கருமணி வீச்சிலும்
சிந்தை சிதற வீழ்ந்தேன்
சிலகாலம்
என் கபாலக்கிடங்கில் குடிவந்த
கரும்பூனைச் சிறுவிலங்கின்
அல்லல் அறுந்து ஆனந்தமாகியது

இன்று
தனித்தேன் சிறு பொழுதே
எனினும்
கரும்பூனையின் ஒற்றைச் சிறு விழியும்
சாம்பற் சிறுபறவை நினைவும்
துரத்த
துயிலின்றி
குளிர்பற்றி எரியும் இக்கானக வெளியில்
பசித்திருக்கிறேன்.
நான்

✦✦✦

பெப்ரவரி 23, 2015

புதுநானூறு

பொன்னந்தி
இன்று
என்றுமிலாததோரின்பச்
சிறுபொழுது

இலையுதிர்ந்த மரங்களின் மீதும்
நரைபற்றியதென் மனப்பட்சியின் மீதும்
பன்(னி)நீர் மலரிதழ்கள் தூவுகிறது
வானம்.

மொழியற
கடைவிழிக் கோட்டில் மகிழ்வின் துளிநீர்
தேங்கி உறையும்

நிலவறப்
பொழியும் பனிமேல் ஒளியூறிப்
பளிச்செனத் துலங்கும் முன்னிராப்போதில்
லயித்துக் கிடக்கிறேன்.

எங்கோ தொலைவில்
நறுக்கித்துழையிட்ட மூங்கில் கழியிருந்து
வழியும் மூச்சில்
எழுகிறது *தர்மவதி

தன் காதலிணைக்குத் தூதனுப்பும்
அகநானூற்றுப் பாடலொன்றின்
முன்னெழும்
நெடிய ஆலாபனை.

ததும்பி வழிகிறது
விரகம்.

---

* தர்மவதி – ஓருராகம்

வசமிழந்து
நெக்குருகிக் கிடக்கிறேன்.

அற்றைப் பொழுதெனில்
ஒரு கோப்பை மதுவோடு கொண்டாடிக்
                           குதூகலித்திருப்பேன்
அரிதெனக்கிட்டிய இத்துளிப்பொழுதை.

மதுவை மறுத்து
பிணியெனக் கரும்பூனை சுமந்தலையும்
இற்றைப்பொழுதின்
பாழும் விதியை நொந்தேன்.

நெடுத்தவிழும் என் மூச்சில்
பெருங்காம இளவெப்பம்.

இன்று
தான்விரும்பும் சாம்பல் பறவையைக் கணாதுவண்ட
யட்சி
முகப் புத்தக உள்ப்பெட்டியில் வந்து
கள்வன் நீர்; கவர்ந்துவிட்டீர்
என்கிறாள்.

எங்ஙனம் அறிந்தனள்
பறவை
என் கூடடைந்த சேதி?

✦ ✦ ✦

பெப்ரவரி 25, 2015

தேன்சிட்டு

பழத்தோட்டத்தின் நடுவில்
தனிமரம்
நான்.
அண்மைச் சிலநாளில்
எனைத் துயிலெழுப்ப வந்து குதிர்ந்தது
தேன்சிட்டு
கூடிழைக்கப் புல்லிதழ் பொறுக்கும்
சிறுகுருவியைப்போல்
வருவதும் போவதுமாய்
அதன் வித்தை பார்த்திருக்கிறேன்.
பூநெய் அருந்தி நெகிழ்ந்த தன் கீச்சுக் குரலில்
கிசுகிசுத்து
ஒரு தாதியின் பரிவுகாட்டி
அன்பைச் சொரிந்து
மகிழ்வூட்டி மறுகணமே
சடுதியில்
விலகிடும் சூக்குமம் எனக்குப் பிடிபடுவதில்லை.
அத்தேன் மொழி கொய்து
சிறிதொரு கவிதையாவது முடைந்திடும்
முயற்சியில் தோற்றேன் பலபொழுது.
தோற்றபொழுதிருந்து
பார்த்திருக்கிறேன்

இன்றும்
காலை
எனக்குப் புலரவே இல்லை.

✦ ✦ ✦

மார்ச் 02, 2015

செம்போத்துப் புள்

சொற்களால் அந்தப் பறவையின் ஓவியத்தை
வரையத் தொடங்கினேன்
பிறைநுதலில் வீழத்தொடங்கியது
முதற்சொல்...
பின்
இரண்டு கெண்டைகள் துள்ளிப் பாய்ந்தன
புலரியில்
தேனருந்தப் புறப்பட்ட பலாக்கொட்டைக் குருவியின்
அலகுகளை இரவல் வாங்கினேன்
புள்ளின் பருமட்டான வரைபு உருவானபோது
அன்றலர் *தளவம் எனக்களி கொண்டாள்.
வரைபின்மீது
இருள் கவிந்த கார்மேகத்தில்
துளியும்
சாம்பர் படிந்த 'சீடார்' மர இலையின்
பச்சையும் கலந்து
எனக்கிசைந்த வண்ணத்தை எழுதினேன்.
முகஞ்சலித்து
முன்பிருந்த வரைபே அழகென்றாள்.
முற்றிப் பழுத்த மேப்பிள் கந்துகள் மேல்
அந்திச் செவ்வெயில் சாறுகலந்து எழுதியிருந்தால்
அகமலர்ந்திருப்பாள்

அது அவளின் நிறம்

✦✦✦

மார்ச் 04, 2015

---

* தளவம்–செம்முல்லை

காடு

அடர்பச்சை இருளுடுத்த
பெருமழைக் கானகம்

நுழையும் ஒவ்வொரு கணத்திலும் அவிழ்கிறது
ரகசிய முடிச்சுகள்.

புள்ளொலி எழுகிற புலரி வசீகரம்
வழிந்து
பெருகி
எழுபகலுச்சியில் உக்கிரங்கண்டு
தணிந்து
மைம்மலின் மாய எழிலில் மயங்கித் திளைக்கிறேன்

இருள்பெருக்கி ஒளி புகுத்தி
விழி பறிக்கும் வித்தையில்
பொறி கலங்கிச்
சித்தம் சிதைந்து மீழ்கிறேன்

அஞ்சி
நுழைய மறுத்தொதுங்கும்
அகத்தை விஞ்சி ஆசை எழுகிறது.

பூனைச்சிறுரோமமென மென்பாசி படர்
அல்லிக் குளத்தோரம்
பெருமரக் காவற்பரணில்
வேடுவனின் விழி பொருத்தி
தீராத்தாகம் பெருகி வழிய தனித்திருந்தேன்

அல்லில் அவிழ்ந்த அல்லி அழகை
அருந்தித் திளைத்தேன்

திகட்டி
மனம் பேதலித்து
கிறங்கி
மீளும்
ஒவ்வொரு கணமும் அடர்பச்சை.

இன்றும் அங்ஙனமே
அச்சமும் இச்சையும் அகத்துள் எரிய
நுழைந்தேன் அடர்வனத்துள்

மதுவந்தியில்
காமம் காந்திவழியும்
ஆலாபனையென குரலுருகப் பாடிற்று
ஒரு சாம்பல் பட்சி

இன்று புதிதாய்ப் பிறந்தோமென
மந்திரகுரல்பற்றித் தொடர்ந்தேன்
என்னை ஏய்த்து இழுத்து உள்ளே
அழைக்கிறது

இனிக் காடு தழுவுதலதன்றி
மீள வழியில்லை

இது அவள் வனம்

✦ ✦ ✦

மார்ச் 05, 2015

சாரல்

இரண்டு பறவைகள்
புல் இதழ் பொறுக்கி கூடு முடைகிறது

ஒன்றின் சிறகை மற்றொன்று கோதி
அளைந்து
பகிரும் காதலில் சாரல்

தெப்பமாய் நனைந்தேன்.

கலவும் காலை
அவற்றின் சிருங்காரக் கூச்சலில்
மனசவிழ்ந்து
ஈர நினைவுகளில் ஊர்ந்தது
சிறு மண்புழு.

அடைபடுத்த இணைக்குத் துணையாய்
எதிர்க்கிளையில் விழிவைத்துக் காத்திருக்கும்
வித்தையை
இவைக்கு
யார் சொல்லிக் கொடுத்திருப்பார்

இன்று
இலையுதிர்காலப் பொழுதில்
இரண்டு பறவைகளின் அலகுக்குள்
சிக்குண்டு
இரையாகித் தவிக்கிறது
மனசு

பெருகி வழிகிறது
கழிந்துபோன வாழ்வின்மீது
மீளமுடியாக்
காதல்

✦✦✦

மார்ச் 17, 2015

நிர்வாணம்

எரியும்
என் கவிதைத் தீயின் கதகதப்பில்
உயிர்த்திருக்கிறேன்

அதன் சுடர்கள் எழுந்து நடமிடும் நளினம்
எனை வசீகரித்தழைக்கிறது
சாம்பராவதே முடிவு என அறிந்தும்
தீயைத்தழுவி ஆடத்தொடங்குகிறேன்
வளைந்தும்
நெளிந்தும் வளர்ந்தும் சுடரும்
தீயின் கங்குடன் தீயெனச் சங்கமித்ததொருபொழுதில்
நீறானேன்

நீறான காலை
சாம்பல் குளித்து படுத்திருக்கிறது
பெயர் தெரியாப் பறவை ஒன்று.

✦ ✦ ✦

மார்ச் 27, 2015

தவிப்பு

முற்றத்து
மேப்பிள் மரமாகி நிற்கிறேன்
உதிருங்கால்நெருக்குகிறது

உடல் மீதில் வர்ணங்களைப் பூசி
மஞ்சள் வெயிலைப் புணர்ந்து
புன்னகைத்து
மகிழ்வாய் இருப்பது போல
பாசாங்கு செய்கிறேன்
இலைக்கால் காம்பொன்றென
சிறு காற்றுக்கும் பிடிதளர்கிறேன்
உதிரம் முழுவதும் உதிரும் அச்சம்.
இருந்தும்
நகைத்து நாசுக்காய் மறைக்கிறேன்
அழகிய மலரென மயங்கி
சிறு வண்ணத்துப்பூச்சி ஒன்றாய்
வந்தமர்கிறாய்.
விரட்ட முடியா மனசு.
மொழிகளற வார்த்தைகள் இல்லை.

இனி
உதிர்வதாயினும்
மகிழ்ந்தே வீழ்வேன்

✦ ✦ ✦

மார்ச் 20, 2015

தூண்டில்காரி

முள்
அறிந்தும்
மிதப்பிலிருந்து தொங்கும் நூலின்
இரையை
கொத்திக் கொத்தி இழுக்கிறேன்.
பலமுறை இத் தூண்டில் முள்ளிலிருந்து
சுண்டும் கணத்தில் தப்பித்தேன்
எனினும்
விடுவதாயில்லை.
ஒவ்வொரு தடவையும் இரையுடன் தப்பும்போது
மரணத்தை ஏய்த்து மீழ்கிற உற்சாகம்
என்னுள்.
வீழும் வரையிலும் வாழ்வதே
வாழ்வு

நீ வீசு.
சிறு மீன்குஞ்சாகிக் காத்திருக்கிறேன்
உன் இரை கௌவ.

✦ ✦ ✦

மார்ச் 27, 2015

நவீனம்

காலையிலிருந்தே என் சிந்தை கலைத்தது
சிறு பறவை.

கட்டடக் கழிவுகளைக் கால்களால் கிளறி
சிறு கட்டுக்கம்பித் துண்டுகளைப் பொறுக்கிச் செல்கிறது
பின்

'எலக்றோனிக்' எச்சங்களிடை சல்லடையிட்டு
சிறுசிறு குச்சிகள் போன்ற
'பிளாஸ்டிக்' துண்டுகளைத் தேடுகிறது

எங்கிருந்தோ
சில வண்ண 'வயர்' துண்டுகள் கொண்டுவருகிறது

மாலையில்
பொதி செய்யும் 'பொலிதீன்' தாள் சிறுதுண்டை
தன் அலகில் சுமக்கையில்
பின்தொடர்ந்தேன்.

நெடுத்து வளர்ந்த ஒரு 'காங்கிறீட்' தூணின்
உச்சி விளிம்பில்
சேகரித்த எச்சங்களால்
அழகிய கூடு சமைத்து
தன் பேடைக்காகக் காத்திருக்கிறது

இச்
சிறுகொண்டைச் குருவிச்சேவல்

✦✦✦

மார்ச் 30, 2015

அறுவடை

கோதுமையின் மஞ்சள் வயல்கள்
முற்றிப் பழுத்த திராட்சைத் தோட்டங்கள்
அல்ப்ஸ் முகடுகளைத் தன் நாவால் சுவைத்து மகிழ்கிறது
கோடை முகில்
அடிவாரத்தின் மறுபுறத்தில்
காற்று அற அசைவறக் கிடக்கிறது
லேஸில் ஏரி.
பருத்து
இருபுறமும் முகடிட்ட மலைகளினிடையே
பச்சை பளிங்கில் நீரும்; அவள்
மார்புக் குவட்டிடை தொங்கும் மரகதக்கல் ஆரமும்
இளவெயில் ஒளியில் மின்னலடிக்கிறது.
ஏரிக்கரையோரம்
அழகிய மரங்களிடை நடந்தோம்
கண்கள் சொருகி மொழி குலையும் அழகும்
ஆழப்பறியும் மூச்சின் அனலும்
தீயை மூட்டுகிறது என்னுள்
நீரைக் கிழித்து இரையை கௌவிப் பறக்கிறது
சிறு நீர்ப் பட்சி.
அலைகிறது
என் கூட்டுக்குள் சிறைப்பட்ட விலங்கொன்று.
தாடை வெண்மயிர் கோதி
ஆசை அற அசடனை நகைத்து
இஃது "அறுவடைகாலம்" என்றேன்
கவிஞன் அல்ல கள்வன் நீ! என்றபடி
விழிக் கணையில் பொருத்தி வீசினாள்
ஒரு மொழி
இன்னும்
மலைகளிடை சூரியன் விழவில்லை

✦✦✦

ஏப்ரல் 05, 2015

முள்

முகில் கந்துகளுக்குள் சிக்குண்டு கிடக்கிறது
அந்திச் சூரியன்
பிறைநுதல் தாண்டி
முன்னுச்சியில் அலையும் மயிர்க்கற்றையுள்
அவள் மறைத்திட்ட குங்குமம்
நினைவில்.

விரகம் முற்றிய பெண்ணின் கூந்தலிருந்து சிதறி
பூக்கள் நிறைத்த மஞ்சம் ஒப்ப
நிலமெங்கும் மென் ஊதா நிறத்தில்
'லைலக்' மலர்கள்

மழையும்
முக்காடு விலக்கி மெல்ல ஒளிரும் பொன் வெயிலும்
குருவிக் குஞ்சுகளின் மழலைப் பாடலும்
இசைக்க
மனம் மருகி
ஆவிபறக்கின்ற ஒரு கிண்ணம் தேநீரின் துணையோடு
இந்த அந்திப் பொழுதைப் பருகுகிறேன்.

விந்தின் நெடியென
காற்றில் தூக்கலாய் மகரந்த நாற்றம்.

முன்னொரு நாளில்
பொன்நொச்சி பூச்சொரிந்த என் ஊர் ஒழுங்கையில்
இவள் கரம்பற்றி நடந்த நினைவை
மீட்டி
குறுக்கறுத்துச் செல்கின்றது சிறு பறவை

கங்கையை
சடைக்குள் புதைத்துவைத்த சிவன் அறிவான்
ஒவ்வொரு மனிதனின் தலைக்குள்ளும்
முள்ளெனக் கிடந்து நெருடும்
நினைவின் வலி

✦✦✦

மே 01, 2015

நியமம்

சினங்கொண்டு எழுந்தது பெரும் குரலில் கர்ச்சிக்கும்
யாளி ஒன்றெனக் கடும்மழை
வெள்ளாப்பில்
மூச்சடங்கி கடும் நிசப்தம்
ஊர் திரண்டிருந்தது

குடியிருந்த பறவைகளெல்லாம் அந்தரித்தலைய
பாறி வீழ்ந்து கிடக்கிறேன்.

மழையென்றார்; புயலென்றார்; மலையென
மரமிருக்க
நோய் என்றார்.
எதுவென்றால் என்ன? எல்லோரும்
ஒருநாளில் வீழ்வது இயல்பென்றார்
நிழல் ஈய்ந்த மரமென்று
வெற்றுப் புகழ் பேசிக் கலைந்தார்.

இனியென்ன?
பழமருந்திப் பாடிக்களித்த பறவைகள் சிலநாள் சுற்றி அழும்
பின்
புதிதாக எங்கேனும் கூடிணக்கிக் குடியேறும்

நானிருந்த இந்த வெட்டைவெளியை
வெயிலுறுத்த
அடிவேர்த் தடம் கிடந்து
ஊரார் நினைவில் இடறும்

காற்றில் கரையும் கற்பூரத்துண்டு
நினைவு
மெல்லென அழிய புதிதை எழுதும்
காலம்.

வெடிவால் முளைத்த பறவைச் சேவல் ஒப்ப
விடலைகள் துலங்கும்
மீள என் சிதைமேல்.

வானுற ஓங்கும்.
பயனுற நிழல் விரிக்கும்

தெரிந்தும்
வானம் துலங்கி வெயில் சுட
உயிர்ப்பறுத்து வெதும்பிக் கிடக்கிறேன் இன்று.

✦✦✦

மே 09, 2015

பின்னிணைப்புகள்

1
திருமாவளவனின் கவிதைப்புலம்
'பனிவயல் உழவு'
கவிதைத் திரட்டுக்கான முன்னுரை

திருமாவளவன் கவிதைகளைத் தொகுப்பாக வாசித்த பிற்பாடு மனதில் எழுந்த ஒரு கேள்வி: இந்தக் கவிதைகளுக்கு ஒரு அறிமுகம் அல்லது முன்னுரை அவசியந்தானா?

கவிதைத் தொகுதிகளுக்கு எழுதப்படும் முன்னுரைகள் வாசகர்களுக்கும் கவிஞருக்குமிடையே சிலசமயம் பாலமாகத் தொழிற்பட முடியும். எனினும் இந்த முன்னுரை அப்படியானதல்ல. ஈழம், தமிழகம், சிங்கப்பூர், மலேசியா, புகலிட இலக்கியம் போன்ற பலதளங்களில் கவிதைகள் வேறு வேறு வண்ணங்களிலும் வடிவங்களிலும் நிறையவே வெளிவருகின்றன. இந்தப் பரந்த பின்னணியில் திருமாவளவனின் கவிதைகளின் இடம் என்ன என்பதுபற்றி சில எண்ணங்களை பதிவு செய்வது கவிதைக்கும் கவிதை தொடர்பான விவாதங்கள், திறனாய்வு போன்றவற்றிக்கும் துணை தரலாம்.

திருமாவளவன் யாழ்ப்பாணத்திலிருந்து சென்னை ஊடாக கனடாவுக்குப் புலம்பெயர்ந்துவிட்ட அகதிக் கவிஞர். நாற்பதுகளை ஒட்டிய வயதிலிருப்பவர். இந்த வயதுக் காலகட்டத்தில்தான் கவிதைக்குள் ஒருவகைத் தீவிர ஈடுபாட்டோடும் கட்டுப்பாடான ஆக்ரோஷத்தோடும் நுழைந்தவர். இழப்பு, துன்பங்கள், நாளாந்த அவலங்களோடு அவலங்களாகத் தன் குடும்பத்தையும் சுமந்துகொண்டு அலைந்து திரிந்து உழன்றவர்; சாதாரண மானிட அவலங்களோடு கூடவே யுத்த அவலங்களையும் பட்டுத் தெளிந்தவர்; அவற்றில் பட்டுத் தெறித்தவர். அந்த வகையில் அவருடைய கவிதைகள் வெளிப்படுத்துகின்ற முதிர்ச்சியும் அனுபவ ஆழமும் ஆச்சரியம் தருவன அல்ல.

> உண்மை கொடிதே உலகில் அதனுடனே
> போரிட்டு வாழப் பிறந்தோம் கலங்குவதோ
> வீரிட்டு அலறி விழுந்து புலம்புவதோ
> பார் எட்டுத் திக்காய் பரந்து கிடக்கிறது

என்ற நிதானத்தோடு வாழ்க்கையை கவிதையை நிகழ்கால அரசியலை அணுகுகிற, விமர்சிக்கிற ஒரு கவியின் ஆழ்ந்த உள்ளத்தை இந்தத் தொகுப்பில் காணமுடிகிறது. அவரிடம் காணப்படுகிற நிதானந்தான் அவருடைய கவிதைகளையும் வித்தியாசமான குரலில் பேச வைக்கிறது.

இந்த நிதானம் எப்படி அவருக்கு வாய்த்தது? இத் தொகுதியில் உள்ள பல கவிதைகளில் ஊரில் சென்றொழிந்த காலங்களின் பசுமை பற்றிய கழிவிரக்கமும் அந்த கழிவிரக்கத் தினூடே வெளியாகிற சோகம் ததும்பும் கவியுணர்வையும் பார்க்க முடிகிறது. புலம்பெயர்ந்த சூழலில் மனித அனுபவங் களின் முக்கியமான ஒரு கூறாக இந்தக் கழிவிரக்கம் இருக்கிறது என்பது உண்மை. அகதிகளாக அல்லது அரசியல் தஞ்சம் கோருபவர்களாக அன்றி என்னொரு நாட்டிற்கு செல்வம் சேர்க்கவும் பொருளாதார மேம்பாட்டுக்காகவும் குடிபெயர்ந்தோர் மத்தியில் இத்தகைய கழிவிரக்கத்திற்கு நீண்ட ஆயுள் இருப்பதில்லை. ஏனெனில் அவர்கள் எப்போதும் பிறந்த நாட்டுக்குச் செல்ல வாய்ப்பிருக்கிறது என்பது மட்டுமன்றி எவ்வித அரசியல் யுத்த நிர்பந்தங்களும் இல்லாமல் வெளியேறியவர்கள் அவர்கள். ஈழத்தமிழரில் பெரும்பான்மையோரின் நிலை அதுவல்ல. யுத்தம் என்கிற பெரும் சூறாவளிதான் அவர்களை எல்லாத் திக்கிலும் தூக்கி வீசியுள்ளது. இந்த நிலையில் கழிவிரக்கமும் ஏக்கமும் தொடர்ச்சியாகவே இருக்கிறது. எனினும் திரும்புவது சாத்தியமில்லை என்கிற உணர்வு மேலோங்குகிறபோதும் அல்லது திரும்பிப் போனாலும் நாம் விட்டுவந்த நிலையில் சூழல் இருக்காது என்று 'மாற்றம்' பற்றிய உணர்வு வருகிறபோதும் இருக்கிற வாழ்க்கையை வாழ்ந்து கடப்போம் என்ற நிதானம் வருகிறது. பனிவயலிலும் உழவுசெய்து அறுவடையைப் பெறுகிற விடா முயற்சியும் தன்னம்பிகையும் உழைப்பும் சாத்தியமாகின்றன. இந்த உணர்வை நுட்பமாகவும் நேர்த்தியாகவும் தன்னுடைய கவிதைகளில் கொண்டுவருகிறார் திருமாவளவன்.

கனேடியக் குடியுரிமை பற்றி எள்ளலும் புன்சிரிப்பும் கூடிய தொனியில் அவர் எழுதியிருக்கிற 'இனி இன்னோரு

தேசியன்' என்ற கவிதையிலும் 'பனிவயல் உழவு' கவிதையிலும் இந்த உணர்வைத் தெளிவாகப் பார்க்கலாம். ஓடும் புளியம் பழமும்போல விடுபட்ட தன்மையுடன் வாழ்வை அணுகுவது இந்த நிலையில் சாத்தியப்படுகிறது. இது படைப்பாக்க உணர்வுகளுள் முக்கிய ஒன்றெனக் கருதுகிறேன்.

காதலை எழுதுவதில் திருமாவளவன் நளினத்தை யும் மென்மையையும் அழகுறக் கையாள்கிறார். தன் பார்வை வீச்சோடு இணைந்ததாகப் பெண்பாலாருடைய நோக்கை சிந்தித்துப் பார்க்கிற ஒரு முனைப்பு அவரிடம் அரும்பியிருக்கிறது. அவருடைய காதல் கவிதைகளும் கழிவிரக்கத்திலேயே சுழல்வதால் இழப்பும் மெல்லிய சோகமும் அவற்றின் விளைவான ஒரு தவிர்க்க முடியாமையுமே எஞ்சுகின்றன. கவிஞருக்கு அதுதான் நிகழ்காலமாக இருக்கிறது. அவருடைய எல்லாக் கவிதைகளிலுமே தெரிகிற சொற்செட்டும் செப்பனிட்ட தன்மையும் நேர்த்தியும் கவிதைகளின் வெளிப்பாடு, மொழி, தொனிப்பு போன்ற அம்சங்களில் கவனமுற்றிருப்பவராகவும், இது தொடர்பாக நன்கு சிந்தித்து உழைப்பவர் என்பதையும் துலக்கமாகக் காட்டுகின்றன. இது மிகவும் மகிழ்வு தருவதாகும். பல கவிஞர்கள் இத்தகைய அக்கறையைக் காட்டுவதில்லை என்பது எனது நெடுநாளைய அவதானம்.

திருமாவளவனுடைய சில கவிதைகள் பலத்த சர்ச்சைக் குள்ளானவை. குறிப்பாக சத்திரியம், முல்லைத்தீவு, நச்சுக்கொடி போன்றவை நமது சமகால அரசியலையும் யுத்தத்தையும் தீவிரமாக விமர்சிக்கின்றன. இக்கவிதைகள் எழுப்புகின்ற எதிர்க்குரலையும் எதிர்ப்புக் குரலையும் நாம் கவனத்தில் எடுக்கவேண்டியது அவசியமானதாகும். ஈழயுத்தத்தை நடத்துபவர்களும் சரி யுத்தத்தின் பொருட்டு எல்லா அநியாயங்களையும் நியாயப் படுத்துபவர்களும் சரி யுத்தம் தொடர்பாகவும் அதனுடைய தார்மீக சாத்தியப்பாடு வன்முறைகள் தொடர்பாகவும் மாற்றுக் கருத்துகளும் எதிர்க் குரல்களும் இருக்கக் கூடாதென்றே ஆணித்தரமாகக் கருதுகிறார்கள்.

இந்த நிலையில் இலக்கியமும் கவிதையுந்தான் மாற்றாக ஒலிக்கிறது. இந்த மூன்று கவிதைகளிலும் திருமாவளவன் நுட்பமாக்க் கையாள்கிற பாடு பொருள் பாலகர்கள் யுத்தத்தில் ஈடுபடுத்தப்படுவதும், யுத்தம் மற்றும் வீரத்தின் அறம் என்பது என்ன? அப்படியானதொரு அறம் சாத்தியமானதா?

என்பது மிக முக்கியமான விடயமாகும். அரசியல் விஞ்ஞானம், ஒழுக்கவியல், சமூகவியல், யுத்தத்தின் விதிமுறைகள் தொடர்பான ஜெனிவா ஒப்பந்தங்கள், சர்வதேச மனித நலச் சட்டங்கள் போன்ற பல துறைகளில் இந்த அம்சங்கள் காலங்காலமாக மீளமீள விவாதிக்கப்பட்டு வருகின்றன. யுத்தத்தை அனுபவித்துக் கொண்டிருப்பவர்கள் என்ற வகையிலும் யுத்தத்தை நடத்திக் கொண்டிருப்பவர்கள் என்ற வகையிலும்கூட எமக்குள் இவை தொடர்பான விவாதங்களோ விமர்சனங்களோ இல்லை என்பது எமது சமூகத்தின் விரிவற்ற, ஒற்றைப் பரிமாணத்தையே காட்டுகிறது. எமது பத்திரிகைகளிலும் விடிய விடியக் கூக்குரலிடுகிற வானொலிகளிலும் அரசியலாரிடமும் பெரும்பாலான அறிவு சீவிகளிடமும் இவைபற்றிய எந்த அக்கறையும் இல்லை என்பது மேலும் விசனந்தருகிறது.

இச் சூழலில் கவிதைக்கூடாக இத்தகைய விமர்சனங்களை எழுப்புகிற திருமாவளவன் மதிக்கப்பட வேண்டியவர். இந்தக் கவிதைகளை வாசித்துவிட்டு ஆத்திரப்படக்கூடிய தமிழின 'உணர்வாளர்கள்' கவிதையில் வெளிப்படுகிற இந்த எதிர்ப்புக் குரலின் ஆவேசத்துக்கு காரணம், நிகழ்கிற நிகழ்வுகள் பலவற்றின் அநியாயத் தன்மையினதும் அந்த அநியாயத்தை நியாயப்படுத்த இருக்கிற ஒருபகுதி மக்களினதும் தொடர்பூடகங்களினதும் விளைவுதான் என்பதை உணரவேண்டும். இந்த ஆவேசத்திலும் கவிஞர் தன்னுடைய அறிவுபூர்வமான அலசலை விலக்கி விடவில்லை என்பதையே கவிதைகள் நுட்பமான முறையில் காட்டுகின்றன.

கவிஞரின் கருத்துக்களோடு உடன்படாதவர்கள் இருப்பதை ஏற்றுக்கொள்ள முடிகிற அதேவேளை கவிஞர் வெளிப்படுத்துகிற கருத்துக்களை வெளிப்படுத்தக் கூடாது என்று வாதிடுவதோ அல்லது இவை போராட்டத்தைக் கொச்சைப் படுத்துகின்றன எனவே ஒழிக்கப்படவேண்டும் என்று வலியுறுத்துவதோ நமது சமூகத்தின் நாகரிகத்திற்குப் பயன்படாது. நூறு கருத்துக்களும் நூறு கவிதைகளும் மோதுவதுதான் படைப்பும் விமர்சனமும். படைப்பும் விமர்சனமும் இல்லாமல் ஒருசமூகம் புத்தாக்கமோ புத்தெழுச்சியோ பெற முடியாது.

வீடு – வேலை – வீடு என்று துரித எந்திர கதியில் சிக்குண்டு பனியிலும் குளிரிலும் உழல்கிற லட்சக்கணக்கான

மக்களோடு மக்களாக எந்தவிதத் தொழில் பாதுகாப்பும் அற்ற ஒரு சாதாரணத் தொழிலாளியாக வேலைசெய்து கொண்டு கலைப் பிடிப்பையும் கவிதா மனோநிலையையும் புடமிட்டு வருகிறார் திருமாவளவன். புகலிட எழுத்தாளர்கள் பலருக்குமே உள்ள பலத்த சவால் இது. இந்தச் சவாலை மீறி நாடகம் தருபவர்கள், கலைஞர்கள், இலக்கியக்காரர்கள் அனைவரும் கூட நம் காலத்து நாயகர்கள் அல்லவா?

நவம்பர் 2000   **சேரன்**

2

புலம்பெயர மறுக்கும் உணர்வுகள்

'அஃதே இரவு அஃதே பகல்' கவிதைத் திரட்டுக்கான பின்னுரை

ஈழத் தமிழரது புலப்பெயர்வுக்கு பொதுப்படையான காரணம் ஒன்று உண்டு. எனினும் தனிப்பட்ட காரணங்களும் புலப்பெயர்வுக்குரிய பின்னணியும் வாய்ப்புகளும் பெரிதும் வேறுபட்டன. புலப்பெயர்வு புலம்பெயர்தோரின் பிரச்சினைகளை மாற்றியதே ஒழிய தீர்க்கவில்லை. ஒரு அவலத்தின் இடத்தில் இன்னொரு அவலம் வந்தது. எனவே புலம்பெயர்ந்தோர் மனதில் திரும்பவும் தாய்நாடு மீளும் கனவு சிலகாலம் வலுவாகவே இருந்தது. எனினும் கால நகர்வில் புதியசூழலுக்கு ஏதோ ஒருவகையில் பழக்கப்படுத்திக் கொண்டு தமது அடையாளம் பற்றிய கேள்விகளுக்குத் தமது யதார்த்தத்திற்கு பொருந்தாத கற்பனையான விடைகளைத் தேடியவாறு தமிழர் எவ்வகையிலோ இந்தப் பொருந்தாத அடையாளம் புலம்பெயர்ந்த தமிழ்ச் சமூகத்தின் நெருக்கடியின் விளைவே ஒழிய வேறெதுவுமல்ல. எனவேதான் இந்த அடையாளத்தின் ஊட்டம் அதற்குரிய சமூகத்திலிருந்து எழாமல், தமிழகத்திலிருந்தும் இந்திய துணைக்கண்டத்தின் பிற பகுதிகளினின்றும் பெறப்படுகிறது. அடையாளம் சார்ந்து காத்திரமான ஆக்க இலக்கியம் எதுவும் எழாமைக்கு சமூகப் பொருத்தப்பாடின்மை அடிப்படையான ஒரு காரணம்.

புலம்பெயர் வாழ்வை அடையாளப்படுத்தும் எழுத்துக்கள் எழுதுவதற்கு வாழ்வைத் தமதாக ஏற்றுத் தம் சமுதாயச் சூழலில் தமது இருப்பும் இடமும் பற்றிய கேள்விகள் எழ வேண்டும். புலம்பெயர்ந்த முதலாவது தலைமுறைக்கு இது இயல்வதில்லை. எனினும் தம் இருப்புப் பற்றிய சுய உணர்வோடும் சமூக அக்கறையோடும் எழுதுகின்ற படைப்பாளிகள் மூலம் புலம்பெயர் வாழ்வின் சில தோற்றங்கள் நமக்குக் காணக் கிடைத்துள்ளன. எவ்வாறாயினும் புலம்

பெயர்ந்த வாழ்வினுள் தம் படைப்புலகை முழுமையாக ஆழ்த்திக்கொண்ட படைப்பாளிகள் ஒருசிலர் உள்ளனர் என்று ஊகிக்கிறேன்.

விரும்பியோ விரும்பாமலோ விட்டுச் சென்ற மண்ணும் அம் மண்சார்ந்த நினைவுகளும் படைப்பாளிகளது படைப்புலகத் தின்மீது ஆதிக்கம் செலுத்தாத வேளைகளிலும் அவை தமது நிழலைப் படைப்பின்மீது விழுத்தாதிருப்பதில்லை. விடுதலை பற்றிய நம்பிக்கைகள் நாள் நகர்வில் வெறும் அக்கறைகளாகித் துவண்டுள்ளன. ஏமாற்றங்களாகி விரக்தியாகவும் வெறுப்பாகவும் வெளியிடப்பட்டுள்ளன. இவ்வாறு எங்கோ எப்போ விறைத்து நின்ற காலத்தின் நிழலாட்டமாக ஈழத்துப் பிரச்சினைகள் புரிந்து கொள்ளப்படுகின்றன. இது தமிழ்த் தேசியவாதத்தின் வரலாற்றுச் சுமையுங்கூட. புலம்பெயர்ந்த தமிழ்ச் சூழல் இன்னமும் இதனின்றும் விடுபடாவிடினும், படைப்பிலக்கியம் புதிய யதார்த்தத்தை நோக்கி மெல்ல மெல்ல நகர்கிறது. இந்த நகர்வு பழைய உலகம் ஒன்றைப் பற்றிய நினைவுகளைத் துடைத்தழித்துவிட்டு நிகழ முடியாது. உணர்வுடன் வாழ்ந்த ஒரு படைப்பாளியின் மனதில் அவரது புலப்பெயர்வு கடந்த காலத்தின் சுமையை மேலும் அதிகமாக்குகிறது. இதற்குத் திருமாவளவன் விதிவிலக்கல்ல.

அவருடைய கவிதைத் தொகுதிகளில் ஒன்றை மட்டுமே இதற்கு முன்னம் கண்டிருந்தேன். அத் தொகுதியின் கவிதை களுக்கும் இந்தத் தொகுதியிலுள்ளவற்றுக்கும் உள்ள பாரிய வேறுபாடு, இக் கவிதைத் தொகுதியில் உள்ளவை பெரிதும் அகஞ்சார்ந்தவை என்பதே. "நேரந் தவறாத உபசரிப்புடனான சொகுசுச் சிறைக்குள்ளிருந்து தன் வாழ்வின் துயரைப்பாடுவது" உண்மையில் திருமாவளவனின் மீன் குஞ்சு அல்ல (கவிதை— 01). விலக்காக சமூக அரசியல் விமர்சனப் பார்வைகளாக ஒரு சில உள்ளன.

இக் கவிதைகள் கடந்த மூன்றாண்டு கால இடைவெளிக் குரியன. இவை மட்டுமே அவரது படைப்புகளில் அக் காலத்திற்கு உரியன என்று கொண்டால், முதற்பார்வையில் திருமாவளவனின் கவிதைகள் பலவேறு நிகழ்வுகளையும் கடந்த கால நிகழ்வுகளையும் துழாவுகிற போதும் அடிப்படையில் அவரது மனத் தவிப்பையும் ஏக்கத்தையுமே கவிதைகள் வெளிப்படுத்தி நிற்கின்றன. ஊன்றிய மீள் வாசிப்பு, அதிலும் முக்கியமான பரிமாணங்களைக் கொணரலாம்.

அவரது கவிதை செழுமையான படிமங்களால் நிறைந் துள்ளது. அவரது கவிதையின் மொழிநடை தெளிவானது எனினும், பேச்சு மொழியினின்றும் விலகி நிற்பது போன்ற உணர்வு இடையிடை ஏற்படுவதற்கு அவரது சொற்கள் சிலவற்றின் தெரிவும் சொற்களின் வரிசைக் கிரமமும் காரணமாயிருக்கலாம்.

புலம்பெயர்ந்த வாழ்வின் மனப் போராட்டங்கள் திருமாவளவனின் கவித்துவ உணர்வுசார்ந்த அனுபவத்தால் சிறப்பாக வெளிப்படுத்தப்பட்டுள்ளன. அவரது கவிதை மீளவும் வெளிநோக்கியும் சமூகப்பார்வையின் விரிவோடும் விசாலமான இன்னொரு உலகத்தையும் எதிர்காலத்தில் நமக்குக் காட்டும் என எதிர்பார்க்கிறேன்.

28.12.2002   சி. சிவசேகரம்

3
அந்நியனாய் அலைக்கழியும் மனத்தின் கலை வெளிப்பாடுகள்
'இருள்–யாழி'
கவிதைத் திரட்டுக்கான பின்னுரை

மனித வாழ்க்கையில் இடம்பெயர்வு என்பது ஆதி காலத்திலிருந்தே தொடர்வதுதான். உணவுதேடி, வாழ்விட வசதிகள் தேடி, பஞ்ச காலங்களில் பிழைப்புத் தேடி, பொருளாதார மேம்பாட்டுக்கான வேலைவாய்ப்புகள் தேடி, இயற்கைப் பேரிடர்கள் மற்றும் போர்ச் சூழலில் உயிரைத் தக்கவைத்துக்கொள்ளப் பாதுகாப்பான இடம் தேடி அவ்வப்போது மக்கள் கூட்டம்கூட்டமாகத் தங்கள் வாழ்விடங்களிலிருந்து இடம் பெயர்ந்துள்ளனர். போர்ச் சூழல் காரணமாக, உயிர் வாழ்தலுக்காகவும் தங்கள் அடையாளத்தை இழந்துவிடாதிருப்பதற்காகவும் கடல் கடந்து ஆயிரக்கணக்கான மைல்களுக்கப்பால் மொழி, கலாச்சாரம், பருவ நிலைகள் முற்றிலும் வேறுபட்ட அந்நிய நாடுகளில் அகதிகளாகச் சென்றுள்ள லட்சக்கணக்கான ஈழத் தமிழர்களின் புலம்பெயர்வு ஏனைய இடப்பெயர்வுகளிலிருந்து முற்றிலும் வேறுபட்டது.

1981இல் யாழ் நூலக எரிப்புக்குப் பின் ஆயுதம் தாங்கிய விடுதலைப் போராட்டம் தீவிரமடைந்தது. 1983இல் கொழும்பில் நடந்த இனப் படுகொலையைத் தொடர்ந்து இலங்கைப் படையினருக்கும் ஈழப் போராளிகளுக்குமிடையேயான நேரடி மோதல்களால் ஈழம் போர்க்களமானது. தமிழர் பகுதிகளில் இலங்கை ராணுவத்தின் வன்முறைகள், போராளிக் குழுக்களிடையிலான மோதல்கள், 1987 – 1990 வரை இந்திய அமைதிப்படை ஈழத்தில் நிலைகொண்டிருந்தபோது நடந்த

மோதல்கள் காரணமாக, லட்சக்கணக்கான ஈழத்தமிழர்கள் இந்தியா மேற்குலக நாடுகளுக்கு அகதிகளாகப் புலம் பெயர்ந்தனர்.

"ஈழப் போர் காரணமாக, நாலு பேருக்கு ஒருவர் புலம் பெயர்ந்து வாழும் நிலை ஏற்பட்டுள்ளது. எட்டிலிருந்து ஒன்பதரை லட்சம் பேர் வரையிலான ஈழத் தமிழர்கள் புலம்பெயர்ந்து கனடா, நோர்வே, ஜேர்மனி, சுவிட்சர்லாந்து, ஆஸ்திரேலியா, பிரான்ஸ், இங்கிலாந்து போன்ற நாடுகளில் வசித்து வருகின்றனர். புலம்பெயர்ந்தோர் என்று நாங்கள் சொல்வது அவர்களைத்தான்" என்கிறார் சேரன் (*காலச்சுவடு 102இ ஜூன் 2008.*)

ஈழத் தமிழர்களின் புலம்பெயர்வுக்கு அரசியல் மட்டுமே காரணமல்ல, "...லண்டன் கனா ஐம்பது விழுக்காடும், அரசியல் ஐம்பது விழுக்காடும் என்பதே மிகச் சரியானது" என்ற கருத்தும் உண்டு (கி.பி. அரவிந்தன், 'கனவின் மீதி...' கவிதைத் தொகுப்பின் முன்னுரை). உயர் கல்வி கற்பதற்காகவும் பின்னர் அந்தத் தகுதிக்கேற்ற பணிக்காகவும் யாழ்ப்பாணத் தமிழர்கள் மேற்குலக நாடுகளுக்கு – குறிப்பாக இங்கிலாந்துக்கு – செல்வது தமிழகம் போலவே அங்கும் வழக்கத்தில் இருக்கலாம்தான். அவர்களின் எண்ணிக்கை குறைந்த அளவிலானதாகவே இருக்கக்கூடும். எனவே, எண்பதுகளுக்குப் பின்னான ஈழத் தமிழர்களின் புலம்பெயர்வை 'ஐம்பது விழுக்காடு லண்டன் கனா சார்ந்தது' என்று சொல்ல இயலாது. உயர் கல்வியையும் பின்னர் அதற்கேற்ற உயர் பதவியையும் நாடிச் செல்கிறவர்கள் கலை – இலக்கியச் செயல்பாடுகளில் ஆர்வம் காட்டுவதாகத் தெரியவில்லை. போர்ச் சூழல் காரணமாகப் புலம்பெயர்ந்தவர்களே தங்கள் அடையாளத்தைத் தக்கவைத்துக்கொள்ளக் கலை – இலக்கியச் செயல்பாடுகளில், கடும் நெருக்கடிகளுக்கிடையிலும் முனைப்புடன் செயல்பட்டு வருகின்றனர். அவர்களின் மனநெருக்கடிகளுக்கு ஒரு வடிகாலாக அச்செயல்பாடுகள் அமைகின்றன என்றும்கூடச் சொல்லலாம்.

○

இரண்டாவது ஈழத்துப் போரின்போது புலம்பெயர்ந்து கனடாவில் வசித்துவரும் திருமாவளவனின் முதல் கவிதைத் தொகுப்பு 'பனிவயல் உழவு' (2000). இத்தொகுப்பிலுள்ள

கவிதைகளில் புலம்பெயர்வின் வலி, பால்யகால நினைவுகள், புலம்பெயர்வு வாழ்க்கை குறித்த விமர்சனங்கள், இழந்த காதலின் நினைவுகள் இடம்பெற்றுள்ள போதிலும்,

> போர்
> தவிர்த்து
> நீள்பயணம் நடந்து
> நெடுநாள் கழிந்தும்
> காலடிக்கீழ்
> பெருநிழலாய்த்

தொடரும் போரின் – போர்க்கால அவலங்களின் – துயர நினைவுகள் காரணமாக, ராணுவ பயங்கரவாதம், போராளிகளின் மனிதவுரிமை மீறல்கள், குழந்தைகளைப் போரில் ஈடுபடுத்துவது குறித்தான கடும் விமர்சனங்களை வெளிப்படுத்தும் கவிதைகள் பலவும் உள்ளன.

அடுத்து, குறுகிய கால இடைவெளியில் வெளிவந்த 'அஃதே இரவு அஃதே பகல்' (2002) தொகுப்பிலும் போர்க்காலக் கொடுமைகளின் துயர நினைவுகள் வெளிப்பட்டுள்ள போதிலும், புகலிட வாழ்க்கையின் அவலங்களே பெருமளவு கவிதைகளுக்கான விஷயங்களாக உள்ளன. புகலிட வாழ்க்கையின் உடல்-மன ரீதியான வலிகளும், துக்கங்களும் திருமாவளவனின் சுய அனுபவங்களின் வெளிப்பாடாக நின்றுவிடாமல், புகலிட வாழ்க்கை அனுபவங்களாகவே விரிவுகொள்கின்றன. அதன் காரணமாகவே கவிதைகளாகின்றன. புலம்பெயர் வாழ்வின் அலைந்துழல்வும் வலியும் தனிமையுணர்வும் வாசக மனத்தில் பெரும் துக்கத்தைக் கவியச்செய்யும் வகையில் இத்தனை கலைத் திறனுடன் வேறெந்தக் கவிதைத் தொகுப்பிலும் வெளிப்பட்டிருப்பதாகச் சொல்லத் தோன்றவில்லை.

புகலிட வாழ்க்கையின் அலுப்பிலிருந்தும் வலியிலிருந்தும் விடுபடவும், போலியான மனிதர்கள் மீதான விரக்தி ஏற்படுத்தும் தனிமையிலிருந்து விடுபடவும் கவிஞர் இயல்பாக நாடிச் செல்லும் இயற்கையுடனான மானசீக உரையாடலும் அக்கணங்களில் அவர் அடையும் மனநிறைவும் சில கவிதைகளில் சிறப்பாக வெளிப்பட்டுள்ளன.

'இருள் – யாழி' (2008) திருமாவளவனின் மூன்றாவது கவிதைத் தொகுப்பு இதிலுள்ள கவிதைகளில் ஒன்றைத் தவிர மற்றவை 2004 – 2008 காலகட்டத்தில் எழுதப்பட்டவை.

தொகுப்பின் முதல் கவிதை 'சுயம்.'
வெயில்
நீர் வற்றிக்கொண்டே போகிறது
உச்சியில் இன்னும் மிச்சமாய்
ஓரிரு ஆம்பல் பூக்கள்
தப்புத் தண்ணியில் அள்ளிப் போவதற்கு
பறியொடு காத்திருக்கிறான் செம்படவன்
நீரிடைத் துலங்கும் திட்டில்
ஓடு மீன் ஓடி உறுமீன் வருமென
ஒற்றைக்காலில் தவங்கிடக்கிறது கொக்கு
எந்தவிதச் சலனமுமின்றி
வாழுமிக் கணத்தை நீந்திச் சுகிக்கிறது
மீன் குஞ்சு

இன்றைய தன்னுடைய நிலை பற்றி அல்லது தான் எவ்வாறாக இருக்க வேண்டும் என்பது பற்றி எழுதியதாக இந்தக் கவிதையைக் கொள்ளலாம். அதேசமயம் இந்தக் கவிதை மனித வாழ்க்கை குறித்த ஒரு கனவாகவும் விரிவு கொள்கிறது. காலத்தின் விரைவில் முதுமை கூடி மரணம் நெருங்குவது தவிர்க்கவியலாதது. மேலும், சூழல் சார்ந்த பல நெருக்கடிகளும் நம்மை அலைக்கழிக்கக்கூடும். அதுபற்றி யெல்லாம் கவலைகொண்டு மனமுடைந்து போகாமல், வாழும் இன்றைய வாழ்க்கையை மனநிறைவுடன் மகிழ்ச்சியுடன் வாழ வேண்டும் என்னும் கருத்தியலை அனுபவம் சார்ந்து வெளிப்படுத்தும் கவிதையாக விரிவுகொள்கிறது 'சுயம்.' அதே சமயம் கடந்தகால வாழ்க்கை அவலங்களையும் நெடுநாள் கடந்துவிட்ட புகலிடவாழ்விலும் 'காலடிக்கீழ் பெருநிழலாய்த் தொடர்கிற' போரின் கொடிய நினைவுகளையும் புறமொதுக்கி இன்றைய வாழ்க்கையை அனுபவிக்க விரும்பிய போதிலும், 'மனசு மகிழ்ந்து விரியும் கணங்களில் சடுதியில் புகுந்து அழித்துவிட்டுப் போகிறது' கடந்தகாலத் துயரங்களின் கொடு நினைவு. இத்தகைய கனவுகளையும் மன அலைக்கழிப்பையும் வெளிப்படுத்தும் கவிதைகள் பல இத்தொகுப்பில் உள்ளன. இத்தகு கவிதைகளே – 'சுயம்' 'மரம்', 'இஃதோர் இனிய மாலை', 'முரண்', 'கால் முளைத்த மரம்', 'அவர்கள் ஒரு கவிஞனைக் கொன்றனர்' – திருமாவளவனின் முந்தைய கவிதைத் தொகுப்புகளிலிருந்து இத்தொகுப்பை வித்தியாசப் படுத்திக் காட்டுகின்றன.

இன்னொரு முக்கியமான அம்சத்தையும் குறிப்பிட்டுச் சொல்ல வேண்டும். புலம்பெயர்ந்து வாழும் ஈழத் தமிழ்க் கவிஞர்களிடம் – பெரும்பாலும் முதல் தலைமுறையைச் சேர்ந்தவர்களிடம் – பால்ய கால நினைவுகளுடன் சொந்த மண்ணுக்குத் திரும்ப வேண்டும் என்ற ஏக்கம் பல சந்தர்ப்பங் களிலும் வெளிப்படுவதைக் காணலாம். அது இயல்பானதே. ஆனால் திருமாவளவன் கவிதைகளில் ஒன்றோ, இரண்டோ சந்தர்ப்பங்களில்தான் – அதுவும் ஆரம்பகால கவிதையில்தான் – அத்தகைய விருப்பம் வெளிப்பட்டுள்ளது.

ஈழத்தில் போர்ச்சூழல் மறைந்து சமாதானம் ஏற்பட்டாலும் கூட ஊர் திரும்புதல் இனிச் சாத்தியமல்ல என்னும் கசப்பான யதார்த்தத்தை அவர் உணர்ந்துகொண்டிருப்பதையே இது காட்டுகிறது. ஈழத்தில் நிகழ்ந்துகொண்டிருக்கும் போரின் நினைவுமட்டுமே – அதன் பேரழிவுகள் மட்டுமே – அவரை அலைக்கழிப்பதை, திருமாவளவனின் கவிதைகளைக் காலவரிசையில் படிக்கும்போது புரிந்துகொள்ள முடிகிறது. இரண்டாவது தொகுப்பில், பெருமளவிலான கவிதைகளில் புலம்பெயர் வாழ்வின் அவலத்தையும் துயரத்தையும் வெளிப்படுத்திய அவர், ‘இருள் – யாழி’ கவிதைத் தொகுப்பில் அதனையும் தவிர்த்துவிடுகிறார். என்றபோதிலும், புலம்பெயர் சூழலில் அவரால் முழுமையாக ஒன்றிப்போய்விடவும் இயலவில்லை. இந்த அந்தர நிலையே – அந்நியமாகிப்போன உணர்வே – இத்தொகுப்பின் பல கவிதைகளில் வெளிப்படக் காணலாம்.

திருமாவளவனின் முதலிரு தொகுப்புகளுக்கு மதிப்புரை எழுதிய வெங்கட் சாமிநாதன் பின்வருமாறு கூறுகிறார்: “திருமாவளவனின் கவிதை நேராகப் பேசுகிறது. அலங்கார ஜோடனைகள் ஏதுமற்றுப் பேசுகிறது. சில வேளைகளில் அது படிமமாகப் பேசுகிறது என்று சொல்லக்கூடும். அப்போதும் அப்படிமங்கள் பார்வை அனுபவங்களிலிருந்து, உண்மை யின் தாக்கத்திலிருந்து பேசுகிறது. படிமங்களும் அனுபவத் தில் இருந்தே பிறக்கின்றன” (‘புதுசும் கொஞ்சம் பழசு மாக’, பக். 139). இத்தகைய படிமங்களை இத்தொகுப்பி லுள்ள கவிதைகளிலும் காணலாம். பெரும்பாலும் அவை காட்சிப் படிமங்கள்; அரூபத்தன்மை கொண்டவை வெகு அபூர்வமே.

அந்தியில் காணும் சூரியாஸ்தமனம் திருமாவளவனுக்கு – அவரது மனவுணர்வுகளுக்கேற்ப –

இனந் தெரியாத நபர்களால்
சுட்டுக் கொல்லப்பட்ட உடலொன்றின்
இறுதிக் கணமென அடங்குகிறது
சூரியனின் கடைசி மூச்சு

என்றவகையிலேயே படிமமாகக் காட்சிப்படுகிறது.

ஈழப்போரின் கொடுநினைவு புலம்பெயர்ந்து வாழும் தேசத்திலும் 'காலத்துய'ராக நீடித்து,

துயரக் குரங்கு துரத்திப்
பின்தொடர்ந்து
அப்பிப் பிடித்து
இறகிறகாய்ப் பிடுங்கிச் சுகிக்கிறது.

காலைக் கருக்கலில், சீ.என். கோபுர நுனியில் ஒளிமயங்கித் தெரியும் நிலவு திருமாவளவனுக்கு,

செவ்வரத்தம் பூச்சூட்டி
மஞ்சள் குங்குமம் சாத்தி
தலையில் தேசிக்காய் குத்திவைத்த
ஆலடி வைரவர் சூலம்

போலவே காட்சியளிக்கிறது. இவையெல்லாம் கவித்துவச் சாமர்த்தியத்தை வாசகர் மேல் திணிப்பதற்காக வலிந்து புனையப்பட்ட நவீனக் கவிதையணிகள் அல்ல. திருமாவளவன் என்னும் கவிஞனின் வாழ்க்கையனுபவங்களின் சாராம்சத்திலிருந்து இயல்பாக உருப்பெற்ற காட்சிப் படிமங்கள்.

சொந்த மண்ணிலிருந்து துரத்தப்பட்டு, புகலிடத்திலும் முற்றாக வேர் பாவ முடியாமல், பாவனைகளுடனான சகமனிதர்களுடனும் இணையவியலாமல் ஓர் அந்நியனாகத் தனித்து நிற்கும் ஒரு கலைஞனுக்கு – கவிஞனுக்கு – இயற்கைதானே துணையாக, ஆறுதலாக இருக்கவியலும். திருமாவளவனுக்கும் சூரியனும் நிலவும் விண்மீன்களும் ஆறும் மரங்களும் பறவைகளும்தான் அவரது அந்தரங்கத்தைப் பகிர்ந்துகொள்வதற்குகந்த நண்பர்களாகின்றன. அவற்றோடு அவருக்கு இணக்கமான மானசீக உரையாடலை நிகழ்த்த

முடிகிறது. கொந்தளித்தவையும் அவரது மனமும் அக்கணங் களில் அமைதிகொள்கிறது; புத்துயிர்ப்புப் பெறுகிறார் கவிஞர்.

டொன் ஆற்றங்கரை. சிறு மழைக்கான சாத்தியங்களுடன் கூடிய மாலைப் பொழுது. உடல் மொழியால் பறவைகளுடன் மரமும், அதனுடன் கிசுகிசுக் குரலில் பறவைகளும் பேசிக் கொண்டிருப்பதைக் காண்கிறார் கவிஞர். அவருள் இளமைக்கால நினைவுகள் கிளர்கின்றன. பறவைகளிடம் பாடம் கேட்கிறார். முயன்றால் முடியாததும் உண்டோ? மரங்களின் மொழி வசப்பட, தன் பிரியத்தைச் சொல்கிறார். மலர்களையும் தேனையும் சொரிகிறது மரம். மெல்ல அவரும் ஒரு மரமாகி மலர்கிறார். ஒருநாள் அவர்,

> காலையில் எழுந்தபோது
> மொட்டவிழ்த்திருந்தன
> மரங்கள்
> பூக்களில் தேன்சிட்டுக்கள்
> இனி
> தொடரும் பறவைகள் பாடல்.

'விளக்கத்திற்கு அப்பாற்பட்ட வியப்பை' ஏற்படுத்தும் இந்தக் 'கால் முளைத்த மரம்' கவிதை 'மனிதர்கள் மரங்கள் போல் வாழும் காலம் வரும்' என்று சுந்தர ராமசாமி கண்ட கனவின் இன்னொரு வகையான வெளிப்பாடு. "இன்றுவரையிலும் மகிழ்வாய் ஒரு கவிதை வாய்க்கவில்லை என்பதுகூட வருத்தந்தான்" ('அஃதே இரவு அஃதே பகல்', பக். 121) என்ற திருமாவளவனின் கவலையைப் போக்கும் கவிதை இது.

கவிதையின் அடிப்படைக் குணாம்சங்களில் முதன்மை யானதாக நான் கருதுவது, அது கவிஞனின் உள்மனக் குரலாக வெளிப்பட வேண்டும் என்பதைத்தான். உள்மனக் குரல் கவிஞனின் நம்பிக்கை சார்ந்தது – அவனளவில் உண்மையானது என்னும் நம்பிக்கை சார்ந்தது. அதில் வாசகனுக்கு உடன்பாடில்லாமலிருக்கலாம். ஆனாலும் கவிஞனின் நேர்மையில் நம்பிக்கைகொண்டு அத்தகைய கவிதையுடன் வாசகனால் மனம் திறந்த உரையாடலை நிகழ்த்த முடியும். அதேசமயம் அந்தக் குரல் மோஸ்தர் சார்ந்தது – போலியானது என்றால், கவிதையின் பிற அம்சங்களின் சிறப்பினால் கூட அந்தக் கவிதையைக் காப்பாற்றிவிட

இயலாது. தேர்ந்த வாசகனால் கவிதையின் உண்மையான குரலை அடையாளம் கண்டுகொள்ளவியலும்.

திருமாவளவனின் கவிதைகள் அவரது உள்மனதின் குரலாக இருப்பதால் அவர் நம்பும் உண்மையின் குரலாக வெளிப்படுகின்றன. அவரது கருத்துடன் முரண்படும் வாசகர்களும் அவரது கவிதைகளுடன் நேசம்கொள்ள வைப்பது கவிதையில் வெளிப்படும் இந்த அம்சம்தான். கூடவே அவருக்கான மொழியும் பார்வையும் தொனியும் சிறப்பாக அமைவதால் அவை கவனிப்புக்குரிய கவிதைகளாகின்றன.

○

தொண்ணூறுகளுக்குப் பின்னர் எழுதத் தொடங்கிய புதுக்கவிஞர்கள் பலரின் கவிதைகளில் – தமிழகத்திலிருந்து எழுதுகிறவர்களைவிடவும் அதிகளவில் ஈழத்துக் கவிஞர்களின் கவிதைகளில் – வரியமைப்பில், வரியை மடக்கிப் போடுவதில் எவ்விதமான ஒழுங்கமைவும் கடைப்பிடிக்கப்படுவதாகத் தெரியவில்லை. யாப்புக் கவிதைகளின் வரியமைப்பு, அவை எழுதப்படும் யாப்பு வகைமையின் இலக்கணம் சார்ந்தது; பொருளமைதிக்கு அங்கு இடமில்லை. இன்றைய சுதந்திரமான கவிதைகளில் வரியமைப்பு கவிஞனின் மனம் சார்ந்ததாக மட்டுமே அமைகிறது. அதேசமயம் பொருளமைதியும் மௌன இடைவெளியும் கொண்டதாக கவிதைவரி அமைவதே இயல்பாக இருத்தல் வேண்டும். ஆனால், பலரும் உரைநடை போன்ற அச்சமைப்பைத் தவிர்க்கவே வரிகளைப் பிரித்துப் போடுவதாகத் தோன்றுகிறது. இதனால் கவிதை வாசிப்பில் நெருடல் ஏற்படுவது தவிர்க்கவியலாததாகிவிடுகிறது.

திருமாவளவனின் முதல் தொகுப்பில் கவிதைகளின் வரியமைப்பில் போதிய கவனம் செலுத்தப்பட்டதாகத் தெரியவில்லை. இரண்டாவது தொகுப்பிலுள்ள குறிப்பிடத் தகுந்த கவிதைகளில் வரியமைப்பு பொருளமைதிகொண்டதாக அமைந்துள்ளது. 'இருள் – யாழி' தொகுப்பில் வரியமைப்பில் கவனம் கொண்டிருப்பதை உணர முடிகிறது. இதனால் கவிதைகளும் முன்னிரு தொகுப்புகளிலிருந்தும் வித்தியாசமான வடிவ அமைதிகொண்டிருப்பதை நுட்பமான வாசிப்பில் புரிந்துகொள்ளலாம்.

அதுபோல் கவிதையமைப்பிலும் திருமாவளவனிடம் மாற்றத்தைக் காணமுடிகிறது. முதல் தொகுப்பிலுள்ளவை பெரும்பாலும் ஈழத்துக் கவிதைப் போக்கின் பொதுப்பண்பான நெகிழ்வுத்தன்மையைக் கொண்டிருக்கின்றன. இரண்டாவது தொகுப்பில், கவிதையமைப்பில் செறிவு கூடியிருப்பதைப் பல கவிதைகளில் காணலாம். அந்தத் தொகுப்புக்கு மதிப்புரை எழுதிய க. மோகனரங்கன், "இருப்பிற்கும் இறந்தகாலத்திற்கும் இடையிலான இந்தத் தொலைவையும், துயரையும் சொற்களின் மூலமாகக் கடக்க முயலும் திருமாவளவனின் கவிதைகள் அடங்கிய குரலிலும் கூடுமானவரை சிக்கனமாகவும் நம்முடன் உரையாட எத்தனிக்கின்றன" என்றும் "'நிலம்' ஒரு சொல்கூட மிகையின்றி எழுதப்பட்டிருக்கும் கவிதை" (காலச்சுவடு, மார்ச் – ஏப்ரல் 2004) என்றும் கூறுவது இங்கு கவனத்தில் கொள்ளத்தக்கது.

'இருள்–யாழி' தொகுப்பிலுள்ள கவிதைகள் பெரும்பாலும் சொற்களின் மிகையின்றிச் செறிவுடன் அமைந்துள்ளன (விதிவிலக்குகள்: 'போர் அரசன் அல்லது பிள்ளையார் பிடிக்கக் குரங்கான கதை', 'குருதியில் நனைந்த கவிதை'). கூடவே பன்முகத்தன்மை கொண்டனவாகவும் உள்ளன. உதாரணத்துக்கு, 'வானம் பார்த்த பூமி' கவிதை. இதை நேரடியாகவே உள்வாங்கிக்கொண்டாலும், பாலையின் வெம்மை வாசக மனத்துள் கொடுந்தகிப்பை உணர்த்தும் வகையில் பதிந்துவிடுகிறது. சமகால ஈழத்தின் பின்னணியை மனத்தில்கொண்டு இந்தக் கவிதையை வாசிக்கும்போது – மழை, வானம் பார்த்த பூமி, முளைவிடு பயிர், சாத்திரிகள், தீர்க்கதரிசிகள், தீக்கங்குகள், தும்பிகள் போன்ற வார்த்தைகள் குறியீடுகளாக விரிவுகொண்டு கவிதை இன்னொரு தளத்தில் நகர்கிறது. 'இருள்–யாழி' கவிதையும் இத்தன்மையதே.

○

அரச பயங்கரவாதத்துக்கெதிரான தவிர்க்கவியலாத ஆயுதம் தாங்கிய போராட்டத்திலும் அறவிழுமியங்களை வலியுறுத்தும் வகையில் போராளிகளின் செயல்பாட்டை விமர்சனத்துக்குள்ளாக்குகிறார் சேரன். இதிலிருந்தும் விலகிநின்று – சருகுகள், இலைகள், தளிர்கள் என்ற பேத மின்றி அலைத்துதிர்த்துப் பெரு மரங்களையும் வேரோடு சாய்க்கும் சூறை போன்ற – போர்ச்சூழலையே கடும்

விமர்சனத்துக்குள்ளாக்குகிறார் திருமாவளவன். போர்ச் சூழலில் அப்பாவி மக்களின் படுகொலைகள், குழந்தைகளும் பெண்களும் காணாமல் போவது, சிறார்கள் தற்கொலைப் போராளிகளாக்கப்படுவது திருமாவளவனைப் பெரிதும் துக்கத்துக்கும் கோபத்துக்குமுள்ளாக்குவதை புரிந்து கொள்ளவியலும். ஆனால், அரச பயங்கரவாதத்தை விடவும், அதை எதிர்த்துப் போரிடும் போராளிகளின் அத்துமீறல்களின் மீதான கடும் விமர்சனங்களே திருமாவளவன் கவிதைகளில் அதிகமும் வெளிப்படுகின்றன. எதிரிகளினுடையவற்றைவிடவும் நம்பிக்கைக்குரியவர்களின் செயல்பாடுகள் திருமாவளவனைப் பெருமளவில் பாதித்திருக்கக்கூடும்; தன் படையே தன்னை வெட்டிச் சாய்வது அவரைப் பெரிதும் அதிர்ச்சிக்குள்ளாக்கி யிருக்கக்கூடும் என்ற வகையில் பார்த்தாலும், ஓரிரு கவிதைகளில் அவரது விமர்சனங்கள் கவிதையின் விமர்சனக் குரலை மீறிவிடுவதையும் காணமுடிகிறது. எடுத்துக்காட்டாக, இத்தொகுப்பில் 'போர் அரசன் அல்லது பிள்ளையார் பிடிக்கக் குரங்கான கதை' என்னும் கவிதை.

ஈழப் போர்க் 'கருத்தியல்' கவிதைகளும் புலி எதிர்ப்புக் 'கருத்தியல்' கவிதைகளும், ஈழத்தில் "சமாதானம் ஏற்பட்டு மாற்றங்கள் நிகழ்ந்து புலி எதிர்ப்பும் தேவையில்லாத சூழ்நிலையில்" "வெறும் ஆவணங்களாய்ப் போகும்" என்ற வகையிலான விமர்சனமும் உண்டு (மு. பொன்னம்பலம், 'விசாரம்', பக். 105). ஒருவகையில் இது சரியான கணிப்பாகவும் தோன்றக்கூடியது. அத்தகைய கவிதைகளின் இருப்பு காலம் சார்ந்ததுதான் என்றாலும், கவிதை என்ற வகைமையில் அல்லாமல் 'ஆவணங்கள்' என்ற வகையில் அவற்றுக்கொரு முக்கியத்துவமும் உண்டு. பாரதி தமிழுக்குத் தந்துவிட்டுப்போன சொத்துகளில் முக்கியமானவையாகப் புதுமைப்பித்தன் குறிப்பிடுவது 'ஞானரதம்', 'குயில்பாட்டு', 'பாஞ்சாலி சபதம்' ஆகியவற்றைத்தான்; பாரதியின் சமகாலத்திலும், தொடர்ந்த விடுதலைப் போராட்டக் காலத்திலும் முக்கியத்துவம் கொடுக்கப்பட்ட தேசியப் பாடல்களை அல்ல. அதேசமயம், பாரதி என்னும் பெருங் கவிஞனின் ஆளுமையை, அவரது தேசியம் – தெய்வீகம் – சமூகம் பற்றிய பாடல்களைப் புறமொதுக்கிவிட்டு முழுமையாகப் புரிந்துகொள்ளவும் இயலாது.

போரினால் ஏற்படும் உயிரிழப்புகள், குடும்பச் சிதைவுகள், வன்கொடுமைகள் காரணமான துக்கம் எல்லாக் காலத்துக்கும் பொதுவானதுதான். இழப்புகளின் துக்கம் காலகாலமாகத் தொடர்ந்து வருவதுதான். அத்தகைய இழப்பையும் வலியையும் வெளிப்படுத்தும் கவிதைகள் எக்காலத்திலும் வாசக மனத்தில் அதிர்ச்சியை ஏற்படுத்தவே செய்யும். உதாரணத்துக்கு, பாரி மகளிரின் 'அற்றைத் திங்கள் அவ்வெண்ணிலவில்' எனத் தொடங்கும் சங்கக் கவிதை. இரண்டாயிரம் ஆண்டுகளுக்குப் பின்னரும் இன்றைய வாசக மனத்திலும் இழப்பின் துக்கம் பிசிறில்லாமல் படியத்தானே செய்கிறது. போர்ச்சூழலின் அவலத்தைச் சித்திரிக்கும் திருமாவளவனின் கவிதைகளும் இத்தகையனவே.

○

சிறிது காலம் முன்புவரை தமிழகத்தைச் சேர்ந்த விமர்சகர்களில் பெரும்பாலானோரும் தமிழ்க் கவிதையின் பரப்பைத் தமிழக எல்லைகளுக்குள் வரையறுத்து வைத்திருந்தனர். இன்று நிலைமை மாறிவருகிறது. தமிழகம், இந்தியா மட்டுமல்லாமல், இலங்கை, மலேசியா, சிங்கப்பூர் மற்றும் ஈழத் தமிழர்கள் புலம்பெயர்ந்து வாழும் மேற்குலக நாடுகளிலிருந்து வெளிவரும் தமிழ்க் கவிதைகளையும் உள்ளடக்கியே தமிழ்க் கவிதையின் போக்கு குறித்துப் பேசும் நிலை உருவாகி வருகிறது. திருமாவளவனின் கவிதைகளையும் உலகத் தமிழ்க் கவிதைப் பரப்பில் வைத்தே அணுக வேண்டும்.

திருமாவளவனின் மூன்று தொகுப்பிலுள்ள கவிதைகளையும் ஒருசேரப் படித்துப் பார்க்கும்போது, அவர் தன்னைச் சுற்றி ஒரு வட்டத்தை வரைந்து கொள்ளவில்லை – தேங்கிப் போய்விடவில்லை என்பதைத் தெளிவாகவே அறிய முடிகிறது. கவிதையமைப்பிலும் மொழி நடையிலும் வாழ்க்கை குறித்தான பார்வையிலும் அவர் தொடர்ந்து தன்னைப் புதுப்பித்துக்கொண்டு வருவதையும் உணர முடிகிறது. எல்லாவற்றையும் ஒரு கவியின் மனநிலையில் அணுகுவதை அவரது கவிதைகளினூடான பயணத்தில் புரிந்துகொள்ள முடிகிறது. கவிதை எழுதுகிறவனுக்கும் கவிஞனுக்குமிடையேயான முதன்மையான வேறுபாடு இதுவெனக் கருதுகிறேன். அவ்வகையில் எனது

வாசிப்பனுபவத்தில் இன்றைய முக்கியமான நவீனத் தமிழ்க் கவிஞர்களுள் ஒருவராகத் திருமாவளவனையும் தயக்கமின்றிக் குறிப்பிட முடிகிறது.

நாகர்கோவில்   **ராஜமார்த்தாண்டன்**
18.07.2007

4
துயர்வெளிக்கவியின் வேரோடிய நிலம்
'முதுவேனில் பதிகம்'
கவிதைத் திரட்டுக்கான பின்னுரை

எளிதிற் கடக்க முடியாமல் தொடர்ந்து ஒரு சாபம் போல மனிதர்களைச் சூழ்ந்திருப்பது துயரம். ஒன்று இயற்கை அனர்த்தங்களின் விளைவாக ஏற்படும் துயரம். மற்றது மனிதர்கள் தாங்களாகவும் தங்களுக்கிடையிலும் உருவாக்கிக் கொள்கிற துயரம். இந்த இரண்டு வகைத் துயரத்திலும் வலியும் வேதனையும் ஆற்றாமையுமே அடிச்சரடுகளாக உள்ளன. எவ்வளவோ அறிவியல் வளர்ச்சிகள் ஏற்பட்டு, மனித வாழ்க்கை இலகுபடுத்தப்பட்ட பின்னும் மனிதர்களின் முன்னாலிருக்கும் சவால்கள் நீங்கிவிடவில்லை. சவால்களின் விசை குறையவு மில்லை. எத்தகைய அறிவியல் விளக்கத்தினாலும் வழிமுறை களினாலும் துயரத்தின் வலிமிகுந்த கனதியை முற்றாகப் போக்கி விடவும் முடியவில்லை. பதிலாக மேலும் மேலும் துயரத்தின் வித்துகள் புதிதாக உற்பத்தியாகின்றன, உற்பத்தி செய்யப்படுகின்றன.

என்பதால் துயரத்தின் கனம் அப்படியேதான் உள்ளது. என்பதால்தான் துன்பியலைப் பிரதிபலிக்கும் கலைக்கு மனித மனம் இலகுவில் ஆட்படுகிறது. திருமாவளவனும் துயரத்தில் சிக்கிய ஒரு கவியே. போர், இடம்பெயர்வு, புலம்பெயர்வு, அலைந்துழலும் வாழ்க்கை, அமைதி கொள்ளமுடியா மனம் என வழி நெடுகிலும் வாழ்வு நெடுகவும் துயரத்தினால் சூழப்பட்ட ஒரு கவியாக இருக்கிறார்.

கவிதைகளில் ஈடுபடத் தொடங்கிய காலத்திலிருந்து, இந்தத் தொகுதியில் இறுதியாக எழுதிய கவிதை வரை இந்தத் துயர்ப்பொழிவு திருமாவளவனுக்குள் நிகழ்ந்து கொண்டேயிருக்கிறது. பிரிவின் ஆற்றாமையும் வாழ்க்கையின்

நெருக்கடிகளும் அலைச்சலும் நிலைகொள்ளாமற் தவிக்கும் கடந்த கால—நிகழ்கால நினைவுகளும் அவருக்குள் கொடிய வாள்களை கணந்தோறும் ஆழப்பாய்ச்சிய வண்ணமே உள்ளன. இழந்த காதல் அல்லது பிரிவுற்ற காதல், ஊரையும் தாய்நாட்டையும் இழந்த வலி, பெறுமதியும் நிம்மதியுமற்றுக் கழிந்த இளமை எனப் பிரிவாற்றாமை திருமாவளவனைச் சூழ்ந்து வலியேற்றுகிறது. போருக்கஞ்சிப் புலம்பெயர்ந்த (கனடா) நாட்டுப் பெருநகர இயந்திர இயக்கத்தினுள் தானுமொரு இயந்திரமாக்கப்படும் துயரம் அவரைப் பிழிகிறது. இவைபற்றிய சித்திரங்களை, அனுபவச் செறிவை திருமாவளவன் கவிதைகளாக்கியுள்ளார். இதை இன்னொரு வகையில் சொல்வதென்றால், இந்தக் கவிதைகளே திருமாவளவனின் அகமும் புறமும். எனில் திருமாவள்வனை இந்தக் கவிதைகளில் எந்தச் சலனமுமின்றிப் பார்க்கவும் அறியவும் உணரவும் முடியும்.

அண்மைய தமிழ்க்கவிதைகளில் திருமாவளவனுடைய கவிதைகள் பெறுகின்ற இடம் எது? அல்லது வேறுபடுகின்ற தன்மை எத்தகையது?

போரையும் அது ஏற்படுத்தும் வலியையும் போரின் விளைவாக நாட்டைவிட்டுப் பிரிந்த துயரையும் புகலிட வாழ்வின் ஒவ்வாமைகளையும் அலைச்சல்களையும் தாய்நாட்டைப்பற்றிய தாகத்தையும் பாடும் கவிதைகள் பலவற்றை நாம் படித்து வருகிறோம். புலம்பெயர் இலக்கியத்தில் பெரும்பாலானவையும் இந்த வகையினவே. இதை விட்டுச் சடுதியாக யாராலும் விலகிவிட அல்லது மீள முடிவதில்லை. பிறந்து வளர்ந்த மண்ணிலே வாழ முடியாத நிலையைக் கொண்டதொரு சூழலிலிருந்து வெளியேறிச் சென்றோரின் மனத்தில் வடுக்களும் வலியும் துயரும் வெம்மையும் இருப்பது தவிர்க்கவியலாதது. இதன் நிமித்தமாக அவர்கள் தாய்நாட்டின் மீதான தாகத்தையும் புகுந்த நாட்டில் தம்மை இயைபாக்கிக் கொள்வதில் ஏற்படுகின்ற நெருக்கடிகளையும் வெளிப்படுத்துகிறார்கள். திருமாவளவனும் இவற்றைச் சாராம்சப்படுத்தியுள்ளார். கூடவே தாய்நாட்டின் நிலைமைகளிலும் அங்கு முன்னெடுக்கப்படும் அரசியலிலும் கவிதைகளை உருவாக்கியுள்ளார். கவிதைகளின் மூலமாக இவற்றில் ஒளிபாய்ச்ச முற்படுகிறார். ‘கிளிநொச்சி’, ‘முள்ளிவாய்க்கால் 2009’, ‘தோற்கடிக்கப்பட்ட நிலம் . . .’ போன்ற பல கவிதைகள் இந்த வகையின.

இதேவேளை திருமாவளவன் பிறரிலிருந்து சற்று வேறுபடுகிற இடம், தான் வாழும் சூழலில் இயற்கையுடன் தன்னை இணைத்துச் சமநிலை காண முற்படுவதாகும். அல்லது இயற்கையில் தன்னை ஆற்றுப்படுத்திக் கொள்வதாகும். இயற்கை மீதான இந்தப் பிரியம் அவரைச் சமநிலைப்படுத்தி, புதுப்பித்து, உயிப்பூட்டி, மேலும் விசையுடன் இயங்க வைக்கிறது. பிரிவின் ஆற்றாமையினாலும் வேறுபட்ட நிலங்களின், அங்குள்ள நிலைமைகளின் ஒவ்வாமையினாலும் கொந்தளிக்கும் மனதைச் சமனிலைப்படுத்துவதற்கு இயற்கையே அவருக்குப் பேராறுதலாக உள்ளது. மரங்கள், பறவைகள், புக்கள், சூரியன், வானம், நட்சத்திரங்கள், காற்று, நிலம், புல், பனி, முகில் என அவர் தோழமை கொள்கின்ற – உறவாடுகின்ற மையங்கள் பல. இந்த உலகத்தில் எப்போதும் எங்கும் ஆறுதலைத் தரக்கூடியவையாக, உறவாடத்தக்கவையாக இயற்கையின் அம்சங்களே உள்ளன. இதைத் தானும் உணர்ந்து, நம்மையும் உணர வைக்கிறார் திருமாவளவன். மனிதர்களைப்பற்றிய சித்திரங்களை விடவும் இயற்கை பற்றிய சித்திரங்கள் இந்தக் கவிதைகளில் அதிகமாக உள்ளன. பிறந்த மண்ணின் நினைவுகளைப் பற்றிய கவிதைகளிலும் புகலிடம் பற்றிய கவிதைகளிலும் இயற்கையை உள்ளிருத்தும் திருமாவளவனின் கரிசனையே கூடுதலாக உள்ளது. இவை திருமாவளவனைக் கவனிக்கச் செய்கின்றன; கவிதைகளை வாசிக்கத் தூண்டுகின்றன. திருமாவளவனின் – அவருடைய கவிதைகளின் – அடையாளங்களாகவும் அமைகின்றன. இயற்கை மீதான கரிசனைகளை அதிகமாகக் கொண்டுள்ள கவிஞர்கள் தமிழில் பலருள்ளனர். எனக்கு சோலைக்கிளி, தேவதேவன், கலாப்பிரியா, சு.வி ஆகியோரே அண்மைய தமிழ்க்கவிதைகளில் துலக்கமாகத் தெரிகின்றனர். இன்னொருவர் திருமாவளவன். ஆகவே இயற்கையை மருந்தாகக் கொள்வதன் மூலமாக தமிழ்க்கவிதைகளில் ஒரு மாற்றடையாளத்தை – தன்னடையாளத்தைத் தருகிறார் திருமாவளவன். மொத்தத்தில், எங்கே நாம் இருந்தாலும் இயற்கை என்ற பேராம்சத்தில்தான் நாம் மையம் கொள்கிறோம், அதில்தான் மையம் கொள்ள முடியும் என்று உணர்த்துகின்றன திருமாவளவனின் கவிதைகள்.

❍

வாழ்வையும் வரலாற்றையும் உணர்ந்த ஒரு படைப்பாளி யிடம் அல்லது கவியிடம் குழப்பங்கள் இருப்பது குறைவு.

முந்நூறாண்டுகள்
உழுதோம்
எங்கள் நிலத்தில் அவர்க்கு.

இனியும்
உழுவோம்
அவர்கள் நிலத்தை அவர்க்கே.

இந்த ஒரு கவிதை போதும் திருமாவளவனின் தவிப்பையும் வாழ்வையும் நாம் உணர்ந்து கொள்ளவும் அறிந்து கொள்ளவும். இது தனியே திருமாவளவனின் அனுபவமோ வாழ்க்கையோ பிரச்சினையோ, துயரமோ அல்ல. புலம்பெயர்ந்த ஒவ்வொருவரின் வாழ்க்கையும் இதுதான். புலம்பெயர்ந்தவர்கள் மட்டுமல்ல ஈழத்தமிழர் ஒவ்வொருவரின் வாழ்க்கையும் இதுவே. மட்டுமல்ல, இலங்கையர்கள் அனைவரின் வாழ்க்கையும் இதுதான். இலங்கையர்கள் மட்டுமல்ல, வல்லரசுகளாலும் வல்லாண்மை பெற்ற பல்தேசிய நிறுவனங்களாலும் நூற்றாண்டுகளாக சுரண்டப்படுவோரின் வாழ்க்கையும் பிரச்சினையும் இதுவே.

இடங்கள் வேறுபடலாம். காலம் மாறுபடலாம். ஆனால், நிலைமை ஒன்றுதான். முன்னர் படையெடுப்புகளை மேற்கொண்டு, தங்கள் ஆதிக்கத்தைச் செலுத்திய அதிகாரத் தரப்புகளுக்காக அடிமைப்படுத்தப்பட்ட தேசங்களைச் சேர்ந்த – சமூகங்களின் மக்கள் உழைத்தனர். இன்று பல்தேசிய நிறுவனங்களுக்காகவும் வல்லரசுகளின் நலன்களுக்காகவும் சொந்த நாட்டிலும் புலம் பெயர்ந்த நாடுகளிலும் உழைக்க வேண்டியுள்ளது, உழைக்கிறார்கள். அவ்வளவுதான். இலங்கையிலும் இலங்கைபோன்ற நாடுகளிலும் பல்தேசிய நிறுவனங்கள் தொடக்கம், வல்லரசுகள் வரையில் தங்கள் நிறுவனங்களையும் செல்வாக்கையும் நிலத்தையும் பிடியில் வைத்திருக்கின்றன என்பதை நாம் இந்த இடத்தில் நினைவிற் கொள்ள வேண்டும்.

தான் ஒரு ஈழத் தமிழர், புலம்பெயர் அகதி, பிற நாடொன்றின் குடியேறி, ஆறாந்திணைவாசி என்று மட்டும் சிந்திக்கவில்லை திருமாவளவன். நூற்றாண்டுகளின் தொடர்ச்சியில் விளைந்த ஒரு ஈழத்தமிழரே தான் என்று பரந்த நிலையிற் சிந்திக்கிறார். வரலாற்றின் பிணைப்பும் பிணக்குகளும் திடீரென நீங்கி விடுவதில்லை. அவற்றின் தாக்கங்களும் தொடர்ச்சியும் அழுத்தங்களும் தொடர்ந்து

கொண்டேயிருக்கும். அதை எவ்வாறு ஒரு சமூகம் தன் வாழ்வில் எதிர்கொள்கிறது, அதை புதிய நிலைகளுக்கேற்ப எவ்வாறு உருமாற்றி, நிலைமாற்றிக் கொள்கிறது என்பதைப்பொறுத்தே அந்தச் சமூகத்தின் நிகழ்கால – எதிர்கால வாழ்க்கை அமையும் என்பதை உணர்கிறார். என்பதாற்தான் கையறு நிலையில் தவிக்கும் ஈழத்தமிழ்ச் சமூகத்தை இவ்வாறு பிரதிபலிக்கிறார். நூற்றாண்டுகள் கழிந்தன. எதுவும் மாறவில்லை என்ற திருமாவின் துக்கம் இதன் வழியானதே.

முந்நூறாண்டுகள் கழிந்தனவாயினும்
நிறந்தான் மாறியது;
மொழிதான் மாறியது;
நாங்கள் இன்றும்,
அடக்குமுறையின் கீழ்

என்று அ.யேசுராசா எழுதியதைப்போல இன்னொரு தளத்தில் இன்னும் ஆழமாகக் கவிச்செம்மையோடு எழுதுகிறார் திருமாவளவன்.

திருமாவளவனின் கவிதைகள் மூன்று திரட்டுகளாக ஏற்கனவே வெளியாகியுள்ளன. இது நான்காவது திரட்டு. இந்த நான்கு திரட்டுகளிலும் உள்ள அநேக கவிதைகளில் உள்ள பொதுத் தொனி என்பது, முன்னரே குறிப்பிட்டுள்ளதைப் போன்று பிரிவும் துயரும் வலியின் முனகலும் ஒவ்வாமையின் வெளிப்பாடுகளுமே. நெருக்கடிகளையும் அபாயத்தையும் விட்டு நீங்கிப் பாதுகாப்பும் வளமும் நிறைந்த (கனடா) தேசத்துக்குப் பெயர்ந்து அங்கே குடியுரிமை பெற்றாலும் உள்ளே கொந்தளித்துக் கொண்டிருக்கும் துயருறு மனம் நீங்கவில்லை.

புலம்பெயர் படைப்பாளிகள் பலருடைய நிலை பெரும்பாலும் இப்படித்தானுள்ளது. புறம் ஒன்றாகவும் அகம் இன்னொன்றாகவும் இருவேறு நிலைகளில் துடித்துக்கொண்டு. இதுவரையான பெரும்பாலான புலம்பெயர் இலக்கியம் இந்தச் சாரம்சத்திற்தானிருந்தது. ஆனால், புலம்பெயர் படைப்புகள் இரண்டு வகையில் கிளைக்கும் நிலை இப்பொழுது உருவாகியுள்ளது. ஒன்று திருமாவளவனைப் போன்று, தாய்நாட்டின் நினைவுகளும் புலம்பெயர் தேச வாழ்வுமாக அமைந்தது. தாய்நாட்டில் பிறந்து, வாழ முற்பட்டு, தொடர்ந்தும் வாழ முடியாத சூழலில் வெளியேறிச் செல்ல வேண்டியிருந்த நிலையை –

ஆற்றாமையை தன் மையத்திலிருந்து நீக்க முடியாமல் தத்தளிப்போடு வைத்திருப்பது. அத்துடன் புகலிடத்திலும் நிலைகொள்ள முடியாமல் தத்தளிப்பது.

மற்றது, புலம்பெயர் தேசத்தைத் தமது தாயகமாகக் கொண்ட இளைய தலைமுறையினரின் படைப்புகள். இந்தத் தலைமுறையினருக்குத் தாங்கள் தற்போதிருக்கும் நாடே சொந்தத் தாயகம். அங்குள்ள மக்களே உறவினர்களும் நண்பர்களும். அங்கு வாழ்ந்த, வாழ்கின்ற அனுபவங்களே அவர்களுக்குக் கிட்டுகிறது. அதுவே அவர்களிடம் முதன்மை யடைகிறது. எனவே அவர்கள் தாங்கள் வாழ்கின்ற களத்தை மையப்படுத்தியே சிந்திக்க முனைகிறார்கள். அதையே அவர்கள் வெளிப்படுத்துகிறார்கள். இவர்களுக்கு ஈழ நினைவுகள் அத்தனை வலியதாக இருக்கப்போவதில்லை.

ஆகவே, இந்த இருநிலைப்பட்ட படைப்புகள் கிளைக்கும் காலம் இப்பொழுது உருவாகியுள்ளது. இதில் முதல் தலைமுறையினரிடம் உள்ள சிறப்பு, அவர்கள் தமிழிலக்கியத் திலும் புலம்பெயர் இலக்கியத்திலும் ஒரு இணைப்பை – கலப்பம்சங்களை உருவாக்குவோராக உள்ளனர். புலம்பெயர் தேசத்தில் பறவையொன்றைக் காணும்போது அவர்களுக்கு தங்கள் தேச நினைவு கிளர்கிறது. மரங்கள், ஆறுகள், தெருக்கள், வானம், பனி என எதையும் தங்கள் தாயகத்துடன் இணைத்தே பார்க்கிறார்கள், உணர்கிறார்கள். இரு புலங்களைப் பற்றிய அறிதலும் அனுபவமும் இருப்பதால் இவர்களால் இத்தகைய சாத்தியங்களை உருவாக்க முடிகிறது. இதற்கு திருமாவளவனின் இந்தக் கவிதைகளிலும் ஏராளம் இடங்கள் உண்டு.

இதனால், தமிழிலக்கியத்திற்குப் புதிய திணைக்காட்சிகளும் உள்ளீடும் கிடைக்கிறது. திருமாவளவனின் கவிதைகள் இந்த இருநிலைகளையும் வெகு சிறப்பாகப் பிரதிபலிக்கின்றன.

○

இலங்கையின் கொந்தளிப்பான காலகட்டத்தில் இளமைப் பருவத்தைக் கொண்டிருந்தவர்களில் ஒருவர் திருமாவளவன். இன ஒடுக்குமுறையும் அதற்கெதிரான போராட்டமும் இனப்போராக மாறிய சூழலில் வாழவேண்டிய, எழுத வேண்டிய நிலையைக் கொண்டவர் என்பதால் இந்தக் கொந்தளிப்பு திருமாவளவனின் கவிதைகளிலும் உண்டு. ஆனால், சமநிலை குழம்பாதவர். எந்தப் பக்கமும்

இழுபடாதவர், சாயாதவர். என்பதால் திருமாவளனின் கவிதைகள் காலநீட்சியைக் கொண்டிருக்கும் இயல்பை அதிகமாகக் கொண்டுள்ளன. எனினும் அதையும் மீறிச் சமகால – ஈழப்பரப்பிற்குள் மட்டும் அடங்கி உறைந்து விடும் சில கவிதைகளும் அவரிடம் உண்டு. இதைத் தவிர்த்தால் திருமாவளவன் ஈழக்கவிஞர்களிலும் ஈழக்கவிதைகளிலும் முக்கியமான ஒரு அடையாளமாகவே உள்ளார். ஆனால், திருமாவளவன் என்ற பெயர் ஒரு தமிழ்நாட்டிலுள்ள ஒரு அரசியற் தலைவரின் பெயர் என்ற அளவிலேயே பெரும்பாலான தமிழ் ஊடகங்களாலும் தமிழ்ச் சனங்களாலும் விளங்கப்படுகிறது. இப்படியான கீழிறக்க நிலை தமிழ்ச்சூழலில் ஏராளமுண்டு. "நெடுநீள் பண்பாட்டுப் பேறுடைய தமிழில்" நல்ல படைப்பாளி, நேர்மையான சமூகச் செயற்பாட்டாளர், ஆற்றல் நிரம்பிய மனிதர்களின் இடம் மதிப்படைவது குறைவு. புற நீங்கலாக இத்தகையவர்கள் கண்டு கொள்ளப்பட்டால் அது காலம்பிந்திய ஒன்றாகவே இருக்கும். பாரதி, புதுமைப்பித்தன் தொடக்கம் அ.செ.மு, மகாகவி வரை இதுவே கதி. இந்த இடத்தில் ஒன்றைக் குறிப்பிடலாம் என எண்ணுகிறேன். சமகாலச் சூழலில் சேரன், ஜெயபாலன், திருக்கோவில் கவியுவன், உமா வரதராஜன், ரஞ்சகுமார் என இளவயதுடைய சில படைப்பாளிகளையும் கவிஞர்களையும் கா. சிவத்தம்பி தமிழ்ப்பரப்பில் அறிமுகப்படுத்தியிருந்தார். சிவத்தம்பியின் இந்த அறிமுகமாக்கலைப்பற்றிய விமர்சனங் கள் பலரிடமுண்டு. ஆனால், சமகாலத்தில் இந்தப் படைப்பாளி களும் கவிஞர்களும் கூடிய அளவில் தமிழ்ப்பரப்பில் அறியப் படுவதற்கும் முக்கியமானவர்களாகக் கருதப்படுவதற்கும் அவருடைய அறிமுகம் உதவியது என்பதை மறுக்க முடியாது. 'குறிப்பிட்ட கவிஞர்களும் படைப்பாளிகளும் படைப்புத்திறனில் முக்கியமானவர்கள். அவர்களுடைய படைப்புகளின் வீரியம் அவர்களை அறிமுகப்படுத்தும். நல்ல படைப்பின் அடிப்படையே அதுதான்' என்று இதை யாரும் இன்னொரு தளத்திலிருந்து வாதிடலாம். வைரத்தைப் பட்டை தீட்டி ஒளிர வைப்பதற்கு ஒரு கலைஞர் (விமர்சகர்) தேவை. தமிழில் மஹாகவி, விபுலாநந்தர் உள்ளிட்ட பலரையும் வெவ்வேறு காலங்களில் இந்தமாதியான நிகழ்ச்சிகளின் மூலமே தமிழ்ச்சூழல் கண்டறிந்தது.

எனவே இத்தகைய ஒரு அறிமுகமாக்கல் நிலை தவிர்க்க முடியாமல், ஒவ்வொரு படைப்பாளிக்கும் படைப்புக்கும்

தேவை. இது வணிகமயம் உச்சநிலையில் தாவிச் செல்லும் காலம். போட்டியும் புனைவும் நிறைந்த சூழல். பல கோடி விதைப்புகளின் மத்தியில் புதிதொன்றைக் காண்பதற்கு ஞானக் கண் வேண்டும். இல்லையெனில் குறிகாட்டி அவசியம். திருமாவளவின் கவிதைகளைக் குறித்து, சி. சிவசேகரம், ராஜமார்த்தாண்டன், வெங்கட் சாமிநாதன், க. மோகனரங்கன், சேரன் உள்ளிட்ட முக்கியமான ஆளுமைகள் எழுதியிருக்கிறார்கள். தமிழ்ச் சூழல் தன்னுடைய ஞானக்கண்களாலும் குறிகாட்டிகளாலும் திருமாவளவனையும் அவருடைய கவிதைகளையும் மேலும் மேலும் கண்டடையட்டும். புதிய உலகங்களைச் சென்றடையட்டும்.

கருணாகரன்